ചന്ദ്രനും ചന്ദ്രയാനും

chandranum chandrayanum

•

c ramachandran

•

first edition
february 2010

•

second edition
march 2012

•

third edition
march 2017

•

second impression
january 2021

•

typesetting & published
chintha publishers, thiruvananthapuram

•

cover
mahesh

വിതരണം

ദേശാഭിമാനി ബുക്ക് ഹൗസ്

H O തിരുവനന്തപുരം–695 035
phone: 0471-2303026, 6063026
www.chinthapublishers.com
chinthapublishers@gmail.com

ബ്രാഞ്ചുകൾ

ഹെഡ്ഡാഫീസ് ബ്രാഞ്ച് കുന്നുകുഴി • സ്റ്റാച്യു തിരുവനന്തപുരം • കെ എസ്
ആർ ടി സി ബസ് സ്റ്റേഷൻ ആലപ്പുഴ • കെ എസ് ആർ ടി സി ബസ്
സ്റ്റേഷൻ എറണാകുളം • മച്ചിങ്ങൽ ലെയിൻ തൃശൂർ • ഐ ജി റോഡ് കോഴി
ക്കോട് • മാവൂർ റോഡ് കോഴിക്കോട് • എൻ ജി ഒ യൂണിയൻ ബിൽഡിങ്
കണ്ണൂർ • സെൻട്രൽ ബസ് ടെർമിനൽ കോംപ്ലക്സ് താവക്കര കണ്ണൂർ

CR - VV. 66 / 1647 / 4172
ISBN - 978-81-26208-25-8

ചന്ദ്രനും ചന്ദ്രയാനും

സി രാമചന്ദ്രൻ

ചിന്ത പബ്ലിഷേഴ്സ്
തിരുവനന്തപുരം-695 035

സി രാമചന്ദ്രൻ

വടക്കൻ പറവൂർ താലൂക്കിൽ ചിറ്റാറ്റുകര പഞ്ചായത്തിലെ പട്ടണംകരയിൽ 1944 ൽ ജനിച്ചു. മുഹമ്മദൻ പ്രൈമറി സ്കൂൾ, പറവൂർ ഗവൺമെന്റ് ഹൈസ്കൂൾ, തലശ്ശേരി ബ്രണ്ണൻകോളേജ്, ചങ്ങനാശ്ശേരി ഹിന്ദുകോളേജ്, പൂനാ എം ഇ എസ് കോളേജ് എന്നിവിടങ്ങളിൽ വിദ്യാഭ്യാസം.

രാജസ്ഥാനിലെ മെറ്റൽ ഉദ്യോഗ് ലിമിറ്റഡ്, ഹിന്ദുസ്ഥാൻ സിങ്ക് ലിമിറ്റഡ് എന്നീ സ്ഥാപനങ്ങളിൽ ഹ്രസ്വമായ സേവനങ്ങളനുഷ്ഠിച്ചശേഷം 1969ൽ തിരുവനന്തപുരത്ത് സ്പേസ് സെന്ററിൽ ചേർന്നു. 35 വർഷത്തെ സേവനത്തി നുശേഷം 2004 ൽ വിരമിച്ചു.

എ കെ ജി I S R O സ്റ്റാഫ് അസോസിയേഷന്റെ പ്രസി ഡന്റായിരിക്കുമ്പോൾ, അതിന്റെ സെക്രട്ടറിയായി പ്രവർ ത്തിച്ചിട്ടുണ്ട്. എ കെ ജിയുടെ മരണശേഷം രണ്ടുവർഷം പ്രസിഡന്റായി. സ്പേസ്സെന്റർ ആർട്സ്ക്ലബ്ബിന്റെ (S P A R C) സെക്രട്ടറിയായും പ്രസിഡന്റായും വളരെക്കാലം പ്രവർത്തിച്ചു. വിരമിക്കുംവരെ സ്പേസ്സെന്റർ കോ-ഓ പ്പറേറ്റീവ് സൊസൈറ്റിയുടെ പ്രസിഡന്റ്.

ദേശാഭിമാനിയുടെ ശാസ്ത്രലേഖകനാണ്. *ശാസ്ത്രകേര ളത്തിന്റെ* പത്രാധിപസമിതി അംഗമായിരുന്നു. ഇപ്പോൾ കേരള ശാസ്ത്രസാഹിത്യപരിഷത്തിന്റെ എറണാകുളം മേഖലാകമ്മിറ്റി അംഗം. ഇൻഫർമേഷൻ കേരളാമിഷന്റെ (I K M) കോ-ഓർഡിനേറ്ററായി പ്രവർത്തിക്കുന്നു.

ഭാര്യ	:	ശ്യാമള
മക്കൾ	:	സംഗീത സതീഷ്, കവിത ശ്രീനാഥ്
വിലാസം	:	28/829A, തെക്കേ ചെറുപറമ്പത്ത് കടവന്ത്ര, കൊച്ചി-682020
ഫോൺ	:	0484 – 2320684

ഉള്ളടക്കം

മുഖവുര

രണ്ടായിരത്തി ഒൻപത് ലോകമെമ്പാടും ജ്യോതിശാസ്ത്രവർഷ മായി ആചരിക്കപ്പെട്ടു. ശാസ്ത്രവർഷാചരണത്തിന്റെ കലാശക്കൊട്ടുന ടക്കുന്നതിനിടയിലാണ് ഈ ചെറുപുസ്തകം ശാസ്ത്രകുതുകികളുടെ കൈകളിലെത്തിക്കുവാൻ ശ്രമിക്കുന്നത്. ഗലീലിയോ ടെലസ്കോപ്പ് ആകാശത്തിലേക്കു തിരിച്ചുവച്ചത്, ഒരു ചിന്താവിപ്ലവത്തിന്റെ മുന്നണി യിൽ നിന്നുകൊണ്ട്, ആര്യത്തെ ഒരു പീരങ്കി എന്ന വണ്ണമാണ്. കോപ്പർനി ക്കസിന്റെ കണ്ടെത്തലുകളെ പിന്താങ്ങുന്നതിലൂടെ കത്തോലിക്കാസഭ യുടെ ബ്രൂണോ വിചാരണയെ അദ്ദേഹം ചോദ്യം ചെയ്യുകയായിരുന്നു. ഗലീലിയോ, ബ്രൂണോയുടെ സമകാലീനനായിരുന്നു എന്നും ഓർമിക്കുക.

ഗലീലിയോ ടെലസ്കോപ്പു തിരിച്ചു വച്ച് ആദ്യം നിരീക്ഷിച്ച വസ്തു ചന്ദ്രൻ തന്നെയായിരുന്നിരിക്കണം. അദ്ദേഹമാണ് ചന്ദ്രന്റെ ഉപരിതല ത്തിലെ പർവതങ്ങളും ഗർത്തങ്ങളും ആദ്യമായി നിരീക്ഷിച്ചത്. അതു ണ്ടാക്കുന്ന നിഴലുകളുടെ നീളം സൂര്യന്റെ ചലനത്തിനനുസരിച്ച് വ്യത്യ സ്തപ്പെടുന്നതു നിരീക്ഷിച്ച് അദ്ദേഹം പർവതങ്ങളുടെ ഉയരംപോലും കണക്കുകൂട്ടി.

ഈ സഹസ്രാബ്ദത്തിലെ ഏറ്റവും വലിയ വലയസൂര്യഗ്രഹണത്തോ ടെയാണ് പുതിയൊരു ശാസ്ത്രവർഷം ആരംഭിക്കുന്നത് എന്നതും ഒരു പ്രത്യേകതയാണ്. വലയസൂര്യഗ്രഹണത്തെപ്പറ്റി ഈ പുസ്തകം പ്രതി പാദിക്കുന്നുണ്ട്.

ഭാരതത്തെ സംബന്ധിച്ചിടത്തോളം ചന്ദ്രയാൻ വിക്ഷേപത്തിലൂടെ ശാസ്ത്രപ്രവർത്തനത്തിന്റെ പരമമായ ഒരു മയിൽക്കുറ്റി താണ്ടിയതും ഈ കാലഘട്ടത്തിലാണ്. ജനതയെ ആവേശംകൊള്ളിച്ച കാഴ്ചകളാ

ണിതിലൂടെ കാണാൻ കഴിഞ്ഞത്. സമൂഹത്തിനു നഷ്ടമായ ശാസ്ത്ര ബോധം തിരിച്ചുപിടിക്കുവാനുള്ള ഒരവസരമായി ഇത്തരം സന്ദർഭങ്ങളെ വിനിയോഗിക്കേണ്ടതായിട്ടുമുണ്ട്.

ഈ പുസ്തകമെഴുതുവാൻ പ്രേരണ നൽകിയ 'കിളിവാതിൽ' അനിൽകുമാറിനോടും പ്രസിദ്ധീകരിക്കുവാൻ മുൻകൈയെടുത്ത ശ്രീ. വി കെ ജോസഫിനോടും എനിക്കുള്ള കടപ്പാട് നിസ്സീമമാണ്. ആശയ പരവും അച്ചടിപരവുമായ പിശകുകൾ കഴിയുന്നത്ര ഒഴിവാക്കുവാൻ സഹായിച്ച ഡോ. എൻ ഷാജിയോടുള്ള നന്ദിയും ഇവിടെ രേഖപ്പെടു ത്തുന്നു.

31-12-2009   സി രാമചന്ദ്രൻ

1
ചന്ദ്രയാൻ ഉയരുമ്പോൾ

ചന്ദ്രഗോളം ശാസ്ത്രകുതുകികളെ പ്രചോദിതരാക്കുവാൻ മാത്ര മല്ല കവികളെയും കാമുകരെയും വികാരതരളിതരാക്കുവാനും ഒരു രാസ ത്വരകംപോലെ ചരിത്രാതീതകാലം മുതൽ തന്നെ നിലകൊണ്ടിരുന്നു. മനുഷ്യന്റെ ആത്മീയ-ബൗദ്ധികജീവിതത്തിലും ഭൗതികജീവിതത്തിലും അത് ആഴത്തിൽ സ്വാധീനം ചെലുത്തിയിട്ടുണ്ട്. തിഥി, നാൾ, പൗർണമി, അമാവാസി, വേലിയേറ്റം-വേലിയിറക്കം, വൃദ്ധി, വൃദ്ധിക്ഷയം, ഗ്രഹണ ങ്ങൾ എന്നിങ്ങനെ ജീവിതം ചന്ദ്രനുമായി ബന്ധപ്പെടുന്ന നിരവധി സന്ദർ ഭങ്ങളുണ്ട്. ഭൂമിയോട് ഏറ്റവും അടുത്തുള്ളതും സൂര്യൻ കഴിഞ്ഞാൽ ഏറ്റവും പ്രകാശിതമായി അനുഭവപ്പെടുന്നതുമായ ആകാശഗോളവും ചന്ദ്ര നാണ്. സമയം, കാലം, ദിശ എന്നിവയുടെ സൂചകങ്ങളായി പണ്ടെത്ത പോലെ ഇന്നും അത് വർത്തിക്കുന്നു. ഭൂമിയും സൂര്യനും കഴിഞ്ഞാൽ മനുഷ്യന് അത് ഏറ്റവും പ്രധാനമാകുന്നത് അങ്ങനെയാണ്. അന്ധവി ശ്വാസികൾക്ക് ചന്ദ്രൻ ഏറ്റവും പ്രിയപ്പെട്ട ഒരു അഭയസങ്കേതവുമാണ്. ഈയൊരു പശ്ചാത്തലത്തിലാണ് ചന്ദ്രനെക്കുറിച്ചും ചാന്ദ്രദൗത്യങ്ങളെ ക്കുറിച്ചും ഇവിടെ വിലയിരുത്തുന്നത്.

1972 ഡിസംബറിലാണ് മനുഷ്യൻ ഇറങ്ങിക്കൊണ്ട് നാസ (NASA) യുടെ ചാന്ദ്രദൗത്യം പൂർത്തീകരിക്കുന്നത്. മൂന്നര പതിറ്റാണ്ടിന്റെ നീണ്ട ഒരു ഇടവേളയ്ക്കുശേഷമാണ് ഇപ്പോൾ ചന്ദ്രൻ വീണ്ടും ശ്രദ്ധാകേന്ദ്ര മാകുന്നത്. നാസയോടൊപ്പം ഈസ (യൂറോപ്യൻ സ്പേസ് ഏജൻസി)യും ജപ്പാനും ചൈനയുമെല്ലാം തന്നെ ചന്ദ്രനെ ലക്ഷ്യമാക്കിക്കൊണ്ടുള്ള പദ്ധ തികൾ രൂപപ്പെടുത്തിവരികയാണ്. ഈ യജ്ഞത്തിൽ പിറകിൽ നിൽക്കാതെ മുന്നേറുക എന്നതിനു മുന്നോടിയായിട്ടാണ് ചാന്ദ്രയാൻ പദ്ധതി. ഈ പദ്ധതിയുടെ ആശയബീജം രൂപംകൊണ്ടത് മുൻ രാഷ്ട്ര

പതി ഡോ. എ പി ജെ അബ്ദുൾകലാം, ഐ എസ് ആർ ഒ (ISRO) മുൻ ചെയർമാൻ ഡോ. ജി മാധവൻനായർ എന്നിവരുടെ ഭാവനയിലാണ്. ഇന്ത്യൻ വിക്ഷേപണവാഹിനികളുടെ വിജയകരമായ വിക്ഷേപണത്തിൽ നിർണായകമായ പങ്കുവഹിച്ച ഈ ജോഡി ഇക്കാര്യത്തിലും അതുല്യ മായ സംഭാവനകൾ നൽകുകയാണ്.

ഈ നൂറ്റാണ്ടിലെ ആദ്യചാന്ദ്രദൗത്യം 2003ൽ ഈസയുടെതായിരു ന്നു. ചന്ദ്രനെക്കുറിച്ചുള്ള പഠനം എന്നതിലുപരി രാസഇന്ധനങ്ങൾക്കു പകരം വൈദ്യുത ഊർജം റോക്കറ്റുകളിൽ ഗോളാന്തരയാത്രകൾക്ക് എങ്ങനെ വിജയകരമായി പ്രയോജനപ്പെടുത്താമെന്ന അന്വേഷണമായി രുന്നു അതിൽ ഉൾപ്പെട്ടിരുന്നത്. 2007ൽ ജപ്പാന്റെ സെലിൻ (കഗുയ) ചൈനയുടെ ചാങ്ങെ ഇ-1 എന്നീ യാനങ്ങൾ ചന്ദ്രനെ ലക്ഷ്യമാക്കി വിക്ഷേപിക്കപ്പെട്ടിട്ടുണ്ട്. ഇതു രണ്ടും ഇപ്പോൾ ചന്ദ്രന്റെ ഭ്രമണപഥത്തി ലുണ്ട്. ലൂണാർ റെക്കൊണൈസാൻസ് ഓർബിറ്റർ (എൽ ആർ ഒ) എന്ന ഒരു ദൗത്യം നാസയുടെ പുതിയൊരു പദ്ധതിയാണ്. ലൂണാർ എക്സ് പ്ലൊറേഷൻ ഓർബിറ്റർ മൂൺലൈറ്റ്, ലൂണഗ്ലോബ്, മൂൺനെക്റ്റ് എന്നീ യൂറോപ്യൻ പദ്ധതികളോടൊപ്പമാണ് ചന്ദ്രയാൻ-2 എന്ന ഐ എസ് ആർ ഒ പദ്ധതിയും. എന്താണ് ഈയൊരു പന്തയത്തിനു പിന്നിൽ പ്രവർത്തി ക്കുന്ന ഉത്തേജകം.

ഒന്നാമത്തേത് ചന്ദ്രന്റെ ഉൽപ്പത്തിയെക്കുറിച്ചുള്ള അന്വേഷണ മാണിത്. അത് സൗരയൂഥത്തോടൊപ്പം രൂപപ്പെട്ടതാണോ? ഉരുകി കറ ങ്ങുന്ന ആദിമ അവസ്ഥയിൽ നടുഭാഗം വീർത്ത് ഭൂമിയിൽനിന്ന് വേർപെ ട്ടുപോയതാണോ? ദ്രാവകാവസ്ഥയിൽ മറ്റൊരു ഗോളം ഇടിച്ചു തെറിപ്പി ച്ചതാണോ? സമീപത്തു കൂടി അലഞ്ഞു തിരിഞ്ഞു കടന്നുപോകുമ്പോൾ

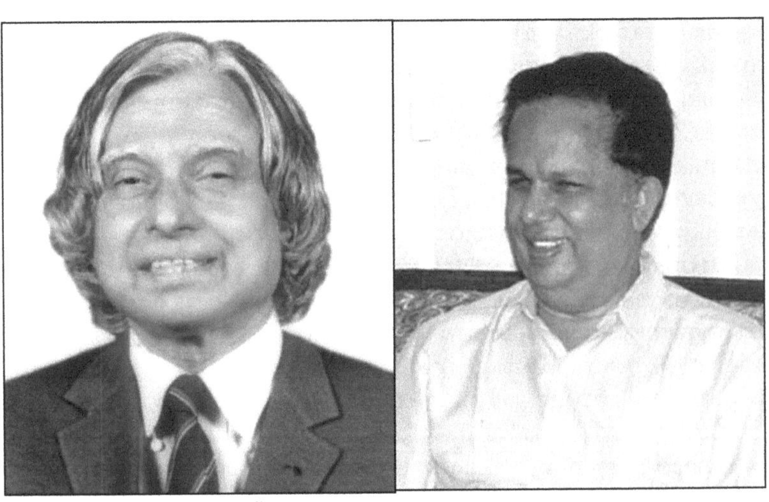

ഡോ. എ പി ജെ അബ്ദുൾകലാം   ഡോ. ജി മാധവൻനായർ

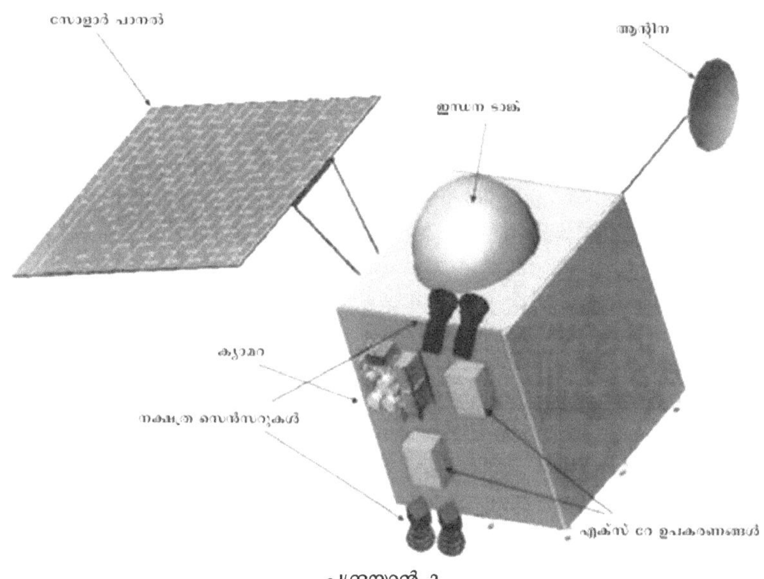

ചന്ദ്രയാൻ-2

ഗുരുത്വാകർഷണത്താൽ ഭൂമി പിടിച്ചെടുത്തതാണോ? ഇത്തരം ചോദ്യ ങ്ങൾക്കുള്ള വ്യക്തമായ ഉത്തരം ഇതുവരെ നടത്തിയ ഗവേഷണഫല ങ്ങളിൽ നിന്ന് ഉരുത്തിരിയുന്നില്ല. ചന്ദ്രന്റെ ഉപരിതലത്തിലും ഉൾക്കാ മ്പിലുമുള്ള പദാർഥങ്ങളെക്കുറിച്ച് ഇനിയും അനവധി വിവരങ്ങൾ ലഭി ക്കുവാനും വിശകലനം ചെയ്യുവാനുമുണ്ട്. ഇന്നു നമ്മുടെ പക്കലുള്ള തെളിവുകൾ വച്ചു നോക്കിയാൽ ഉരുകിയ അവസ്ഥയിൽ മറ്റൊരു ഗോളം വന്ന് ഇടിച്ചു തെറിപ്പിച്ചതാണെന്ന സിദ്ധാന്തത്തിനാണ് മുൻതൂക്കം.

ചന്ദ്രന്റെ പുറംപാളികളിലും ഉൾക്കാമ്പിലുമുള്ള വസ്തുക്കളെ വിദൂര സംവേദനം മുഖേന (remot-sensing)അതിനനുസരിച്ച് ഉപകരണങ്ങളു പയോഗിച്ച് കണ്ടെത്തുകയും വിശകലനം ചെയ്യുകയുമാണ് ഒന്നാമത്തെ ലക്ഷ്യം.

രണ്ടാമത്, ചന്ദ്രനിൽ ഇറങ്ങി അതിന്റെ ഉപരിതലത്തിലെവിടെയെ ങ്കിലും ഒരു താവളമുണ്ടാക്കുന്നതിനുവേണ്ടിയുള്ള സ്ഥലത്തിനുവേണ്ടി യുള്ള അന്വേഷണമാണ്. ചന്ദ്രനിൽ പതിനഞ്ചു ദിവസം പകലും പതി നഞ്ചു ദിവസം രാത്രിയുമാണ്. പകലിന്റെ മൂർധന്യത്തിൽ അതിഭയങ്കര ചൂടും രാത്രിയുടെ മൂർധന്യത്തിൽ അതിഭയങ്കര തണുപ്പുമാണ് അനുഭ വപ്പെടുക. ഒരു താവളമുണ്ടാക്കണമെങ്കിൽ അനുയോജ്യമായത് ധ്രുവ പ്രദേശങ്ങളിലായിരിക്കുമെന്നാണ് ഊഹം. അവിടെ ചൂടുകുറഞ്ഞ നീണ്ട പകലുള്ളതിനാൽ എല്ലായ്പ്പോഴും സൗരോർജം ലഭിക്കുവാനും ഇട

യുണ്ട്. ചന്ദ്രനിൽ ഉണ്ടെന്ന് കരുതപ്പെടുന്ന ഹീലിയം-3 എന്ന വാതകം ഇന്ധനമായി ഉപയോഗിക്കുവാനുമുള്ള സൗകര്യമുണ്ടോ എന്ന അന്വേ ഷണത്തിന്റെ ഭാഗമായിട്ടുകൂടിയാണ് ചന്ദ്രോപരിതലത്തിന്റെ ത്രിമാന ചിത്രങ്ങളെടുത്ത് മാപ്പുണ്ടാക്കുവാനുള്ളശ്രമം. ചന്ദ്രനിൽ ജലസാന്നിധ്യ മുണ്ടോ എന്ന അന്വേഷണവും ഈ പദ്ധതിയിലുണ്ട്.

ഇന്ത്യയെ സംബന്ധിച്ചിടത്തോളം അത് ഇതുവരെ ആർജിച്ച ശാസ്ത്രീയവും സാങ്കേതികവുമായ മികവുകളുടെ മാറ്റുരയ്ക്കുന്ന ഒരു പരീക്ഷണം കൂടിയാണിത്. ചന്ദ്രനിലേക്ക് ചന്ദ്രയാൻ-2 എന്ന അടുത്ത പദ്ധതിയുണ്ടെന്നു പറഞ്ഞുവല്ലോ. അതിലൂടെ ഒരു വാഹനം ചന്ദ്രനിലി റങ്ങി ഓടിക്കുക എന്ന ദൗത്യവും നിർവഹിക്കപ്പെടാനുണ്ട്. അതിന്റെ മുന്നോടിയായിട്ടാണ് ഇത്തവണ ചന്ദ്രനിലേക്ക് ഒരു ഉപകരണം തള്ളി വിടുന്നത്. അതിന്റെ വീഴ്ചയിൽ എത്രത്തോളം ആഘാതമുണ്ട് എന്ന് അളക്കുകയും എത്രത്തോളം ആഘാതം താങ്ങാൻ കഴിയുമെന്ന് വില യിരുത്തുകയും ചെയ്യുന്നുണ്ട്. അതിവേഗ അതോടൊപ്പം ചിത്രങ്ങളുമെ ടുക്കും.

ചന്ദ്രയാൻ-1 ന്റെ ദൗത്യം രത്നചുരുക്കത്തിൽ പറയുകയാണെങ്കിൽ ഇത്രയുമാണ്. ഒന്ന്, ചന്ദ്രന്റെ ഉപരിതലത്തിന്റെ ത്രിമാനചിത്രമെടുത്ത് അറ്റ്ലസ് ഉണ്ടാക്കുക. രണ്ട്, ഉപരിതലത്തിലെ ദ്രവ്യങ്ങളുടെയും ധാതു ക്കളുടെയും വിഭവപടമുണ്ടാക്കുക. ഇതിനായി ഇന്ത്യയുടെ അഞ്ചും ഈസയുടെ മൂന്നും നാസയുടെ രണ്ടും ബൾഗേറിയയുടെ ഒന്നും അടക്കം പതിനൊന്ന് ഉപകരണങ്ങളടങ്ങുന്നതാണ് യാനം.

ഭൂമിയിൽ നിന്ന് നാലു ലക്ഷത്തിൽ താഴെ കി. മീറ്റർ ദൂരമുള്ള ചന്ദ്ര നിൽനിന്നും നൂറു കി. മീറ്റർ ഉയരെയാണ് ഉപഗ്രഹം ഭ്രമണം ചെയ്യുക. പല മുൻപരീക്ഷണങ്ങളിലൂടെ വിശ്വാസ്യത തെളിയിക്കപ്പെട്ട പി എസ് എൽ വി എന്ന വാഹനമാണ് യാത്രയ്ക്കായി ഉപയോഗിച്ചത് എന്നത് അതിന്റെ ആത്മവിശ്വാസം വർധിപ്പിക്കുന്നുണ്ട്. അതുകൂടി കണക്കിലെ ടുത്താണ് നാസ, ഈസ, ബൾഗേറിയ തുടങ്ങിയവർ അവരുടെ പരീ ക്ഷണോപകരണങ്ങൾ ഇതിലുൾപ്പെടുത്തിയിരിക്കുന്നത്.

സമൂഹത്തിന്റെ യാഥാസ്ഥിതിക മനോഭാവത്തെ മാറ്റിയെടുക്കുവാൻ ഇത്തരം സന്ദർഭങ്ങളെ എങ്ങനെ പ്രയോജനപ്പെടുത്താമെന്ന് ആലോചി ക്കേണ്ടതുണ്ട്. ചന്ദ്രനെ ഒരു ഗ്രഹമായോ ആരാധനാ വിഗ്രഹമായോ ക രുതി ഇന്നും ആരാധിക്കുന്നവരുണ്ട്. അത് ഒരു ഗ്രഹമല്ല, ഉപഗ്രഹമാ ണെന്നു തിരിച്ചറിഞ്ഞിട്ട് നാനൂറുവർഷമായി. ഒരു ഗ്രഹമാണെങ്കിൽ ത്തന്നെ അത് ആരാധിക്കപ്പെടേണ്ടതാണോ എന്നത് മറ്റൊരു കാര്യം. അതുപോലെ ഗ്രഹണം; അത് രാഹുകേതുക്കളുടെ വിക്രിയകളാണെന്നു വിശ്വസിക്കുന്നവർ ഇന്നുമുണ്ട്. ചന്ദ്രന്റെ നിഴൽ ഭൂമിയിൽ വീഴുമ്പോൾ സൂര്യഗ്രഹണവും, ഭൂമിയുടെ നിഴൽ ചന്ദ്രനിൽ വീഴുമ്പോൾ ചന്ദ്രഗ്രഹ ണവുമാണുണ്ടാവുക. സൂര്യഗ്രഹണസമയത്ത് ചന്ദ്രനിൽ നിന്നൊരാൾ നോക്കുമ്പോൾ' ഭൂമി ഗ്രഹണവും ചന്ദ്രഗ്രഹണസമയത്ത് സൂര്യഗ്രഹ

ണവുമായിരിക്കും കാണുക. അത് അങ്ങനെ അവിടെനിന്നു മനുഷ്യനു നിരീക്ഷിക്കുവാൻ കഴിയുന്ന കാലം വിദൂരമല്ല. ചുരുക്കത്തിൽ ചന്ദ്രൻ എന്നത് നമുക്കു പ്രാപ്യമായ ഒരു ഭൗതിക സംഗതിയാണെന്നും ഭൗതി കമായി പഠിക്കുവാൻ കഴിയുന്ന ഒന്നാണെന്നും സമൂഹത്തിനാകെ ബോധ്യപ്പെടുന്ന രീതിയിലുള്ള പ്രചരണം വേണം. രാഹുകാലത്തിനും ഗുളികകാലത്തിനും ഒരർഥവുമില്ലെന്നും ചില വിശ്വാസങ്ങൾ പലപ്പോഴും മനുഷ്യനെ വഴിതെറ്റിക്കുകയാണെന്നുമുള്ള ഓർമപ്പെടുത്തലുകളുമുണ്ടാ യിരിക്കണം.

2

ഇനി ഹണിമൂൺ 'മൂണിൽ'

നാം ജീവിക്കുന്നത് നമുക്ക് വിഭാവന ചെയ്യാനാകുന്നതിലും വളരെ വലിയ ഒരു പ്രപഞ്ചത്തിലാണ്. ബുദ്ധിയുറച്ചതുമുതൽതന്നെ പ്രപഞ്ചത്തെ ക്കുറിച്ചറിയുവാനുള്ള ജിജ്ഞാസ മനുഷ്യനുണ്ടായിരുന്നു. ദൂരദർശിനിക ളുടെ പരിഷ്കരണത്തിലൂടെയും കമ്പ്യൂട്ടറുകളുടെ ഉപയോഗത്തിലൂ ടെയും നിരീക്ഷണം ആധുനിക വൽക്കരിക്കപ്പെട്ടിരിക്കുന്ന ഇന്ന് പ്രപ ഞ്ച ചിത്രമാകെ മാറിമറിഞ്ഞിട്ടുണ്ട്. ഇന്ന് ബഹിരാകാശ യാനങ്ങൾ അവ സാന ഗ്രഹമായ നെപ്ട്യൂണിനെയും കടന്ന് വിദൂരമായ കുയിപ്പർ ബെൽറ്റി ലേക്കും ഊർട്മേഘ മേഖലയി ലേക്കും പ്രയാണം നടത്തി ചിത്രങ്ങ ളയച്ചുകൊണ്ടിരിക്കുന്നു.

ഭൂമിക്ക് സൂര്യൻ കഴിഞ്ഞാൽ ചന്ദ്രൻതന്നെയാണ് പ്രധാനം. രാത്രി യിൽ പൂർണചന്ദ്രനോട് കിടപിടി ക്കാൻ മറ്റൊന്നില്ല. ചന്ദ്രൻ ഭൂമിയുടെ ഉപഗ്രഹമെന്നതിനുപരി ഭൂമിയോടൊ

ചന്ദ്രൻ ഒരു ടെലസ്കോപ്പ് കാഴ്ച

പ്പമുള്ള ഇരട്ട ഗ്രഹമാണെന്നും പറയാം. ഇതു രണ്ടും ഒരു ബിന്ദുവിനെ ആധാരമാക്കി പരസ്പരം ഭ്രമണം ചെയ്യുകയാണ്. ആധാരബിന്ദു ഭൂമി ക്കകത്താണ്, എന്നാൽ ഭൂമിയുടെ കേന്ദ്രത്തിലല്ലതാനും.

16-ാം നൂറ്റാണ്ടുവരെ ഗ്രഹങ്ങളുടെ കൂട്ടത്തിൽ സ്ഥാനമുണ്ടായിരുന്ന ചന്ദ്രന് കോപ്പർനിക്ക സിന്റെ കാലംമുതൽ ആ പദവി നഷ്ടപ്പെട്ടു. ഉപ ഗ്രഹം എന്ന സ്ഥിതിയി ലേക്കതു താണു. സൂര്യൻ പ്രപഞ്ചകേന്ദ്രത്തിലെ നക്ഷത്രമായി ഉയർത്ത പ്പെട്ടു. ഭൂമി പ്രപഞ്ച ത്തിന്റെ കേന്ദ്രസ്ഥാന ത്തുനിന്നു താഴ്ന്ന് സൂ ര്യന്റെ ആശ്രിതനായി ത്തീർന്നു.

ചന്ദ്രൻ ഭൂമിയിൽ നിന്ന് ഏകദേശം നാലു ലക്ഷം കിലോമീറ്റർ അ കലെയാണ്. ചന്ദ്രൻ കഴി ഞ്ഞാൽ ഏറ്റവും അടുപ്പ മുള്ള പ്രപഞ്ചവസ്തു വായ ശുക്രനിലേക്ക് ഏറ്റവുമടുത്തുവരുമ്പോ ൾ നാലു കോടി കിലോ

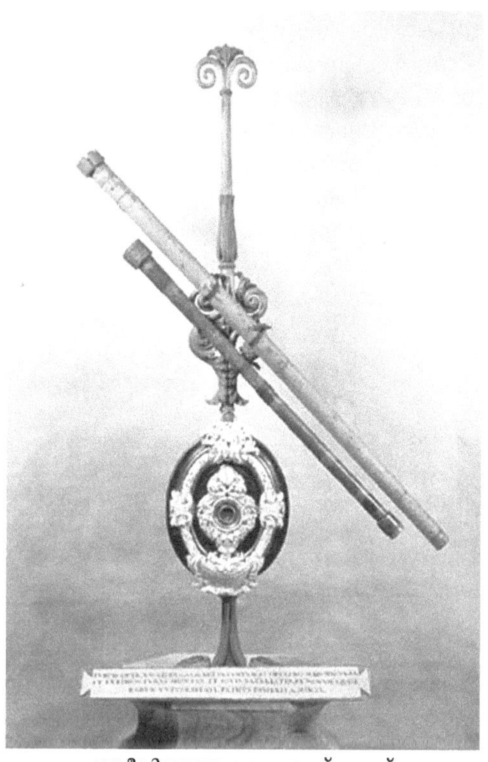

ഗലീലിയോയുടെ ടെലസ്കോപ്പ്

മീറ്ററുണ്ട്. ശുക്രൻ മനുഷ്യന് ഇറങ്ങി പ്രവർത്തിക്കാൻ തക്ക ഗ്രഹമല്ല. അവിടത്തെ അന്തരീക്ഷത്തിന്റെ രാസഘടനയും ഊഷ്മാവും ഇന്നത്തെ നിലയ്ക്ക് ഏതു സന്നാഹങ്ങൾകൊണ്ടും ചെറുക്കാവുന്നതല്ല. എന്നാൽ ഭൂമിയോട് ഏറ്റവും അടുത്തു വരുമ്പോൾ ആറുകോടികിലോമീറ്ററിൽ താഴെമാത്രം അകലമുള്ള ചൊവ്വയിലേക്ക് ഒരു നൂറ്റാണ്ടിനകം മനുഷ്യനെ ഇറക്കാൻ പദ്ധതിയുണ്ട്. ചൊവ്വയ്ക്കും അപ്പുറത്തേക്ക് സഞ്ചരിക്കുക എന്നത് ഇന്നത്തെ നിലയ്ക്ക് അചിന്ത്യമാണ്. വ്യാഴം ഏറ്റവും അടുത്തു വരുമ്പോൾ ഭൂമിയിൽ നിന്നുള്ള ദൂരം 60 കോടി കിലോമീറ്റർ. ഇന്നത്തെ വാഹനങ്ങളിൽ മനുഷ്യൻ സഞ്ചരിക്കുമ്പോൾ ഒരു ദിവസം ഒരു ലക്ഷം കിലോമീറ്റർ എന്ന കണക്കിൽ സഞ്ചരിച്ചാൽ ചന്ദ്രനിലെത്തി തിരിച്ചുവ രാൻ പത്തുദിവസമെങ്കിലും വേണം. ചൊവ്വയിലേക്ക് നാലുവർഷം, വ്യാ ഴത്തിലേക്ക് 40 വർഷം എന്നുമാണ് ഏകദേശ കണക്ക്.

1609-ൽ ഗലീലിയോ ടെലസ്കോപ്പുണ്ടാക്കി ആകാശത്തേക്ക് തിരി ച്ചുവച്ചതുമുതലാണ് ചന്ദ്രന്റെ പ്രതലത്തെക്കുറിച്ച് പുതിയ അറിവുകളു ണ്ടായത്. ആ വഴിത്തിരിവിന്റെ നാന്നൂറാം വാർഷികം പ്രമാണിച്ചാണല്ലോ

ലോകമാകെ ഈ വർഷം (2009) 'ജ്യോതിശാസ്ത്രവർഷ'മായി ആചരി ക്കുന്നത്. കുന്നുകളും കുഴികളുമാണ് ഗലീലിയോ ചന്ദ്രന്റെ ഉപരിതല ത്തിൽ കണ്ടത്. ഇരുണ്ട് വിശാലമായി പരന്നു കിടക്കുന്ന ഭാഗങ്ങൾ സമു ദ്രമാണെന്നാണ് ഗലീലിയോ ധരിച്ചത്. ചന്ദ്രന്റെ ഉപരിതലത്തിൽ വായുവോ ജലമോ ഇല്ല എന്ന് ഇന്നു നമുക്ക് വ്യക്തമായി അറിയാം.

ചന്ദ്രൻ അത്ര വിദൂരതയിലല്ല. മനുഷ്യൻ ചന്ദ്രനിൽ പലപ്രാവശ്യം ഇറങ്ങി. ചന്ദ്രനിൽ താവളമുണ്ടാക്കാനും വിനോദസഞ്ചാരം നടത്താനു മുള്ള ഉദ്യമങ്ങൾ തകൃതിയായി നടക്കുന്നു. യഥാർഥ മൂണിൽ ഹണി മൂൺ സാധ്യമാകുന്ന കാലവും വിദൂരമല്ല.

3

ചന്ദ്രൻ സംഖ്യകളിൽ

ചന്ദ്രനിലേക്ക് ഭൂമിയിൽനിന്നുള്ള ഏകദേശദൂരം നാലുലക്ഷം കിലോമീറ്ററാണെന്നു പറഞ്ഞുവല്ലോ. ചന്ദ്രന്റെ പ്രകാശം ഭൂമിയിലെ ത്താൻ $1\frac{1}{3}$ സെക്കൻഡ് മതി. സൂര്യന്റെ പ്രകാശം ഭൂമിയിലെത്താൻ $8\frac{1}{3}$ മിനിറ്റ് വേണം. പ്രപഞ്ചത്തിൽ ദൂരത്തിന്റെ കണക്ക് ഇപ്രകാരം സമയ ത്തിലാണ് പ്രകാശിപ്പിക്കുന്നത്. പ്രകാശം നിശ്ചിതസമയത്തിനുള്ളിൽ സഞ്ചരിക്കുന്ന ദൂരം. സൂര്യൻ കഴിഞ്ഞാൽ നമുക്ക് ഏറ്റവുമടുത്തുള്ള നക്ഷത്രത്തിലേക്കുള്ള ദൂരം $4\frac{1}{3}$ പ്രകാശവർഷം.

ചന്ദ്രന്റെ വ്യാസം ഏകദേശം 3500 കിലോമീറ്ററാണ്; ഭൂമിയുടേതിന്റെ നാലിലൊന്ന്. ദ്രവ്യമാനം ഭൂമിയുടേതിന്റെ 80 ൽ ഒന്ന് (1/80). എങ്കിലും മറ്റു ഗ്രഹങ്ങളെയും അതിന്റെ ഉപഗ്രഹങ്ങളെയും താരതമ്യം ചെയ്യു മ്പോൾ ആപേക്ഷികമായി ചന്ദ്രൻ വളരെ വലുതാണ്. ശനിയുടെ ഉപഗ്ര ഹമായ ടൈറ്റൻ 5800 കിലോമീറ്റർ വ്യാസമുണ്ട്. എങ്കിലും അതിന്റെ ദ്രവ്യമാനം ശനിയുടേതിന്റെ നാലായിരത്തിൽ ഒന്നിലും (1/4000) താഴെ യാണ്.

ചന്ദ്രന് അതിന്റെ അച്ചുതണ്ടിൽ ഒരുപ്രാവശ്യം കറങ്ങാൻ $27\frac{1}{3}$ ദിവസം വേണം. ഭൂമിയെ വലംവയ്ക്കാനും അത്രതന്നെ സമയം ആവശ ്യമാണ്. അതുകൊണ്ട് ചന്ദ്രന്റെ ഒരുവശം ഭൂമിയുടെ നേർക്ക് സ്ഥിരമായി തിരിഞ്ഞിരിക്കയാണ്. വിദൂരതയിൽനിന്നു നിരീക്ഷിച്ചാൽ ഈ ഗ്രഹങ്ങൾ $27\frac{1}{3}$ ദിവസംകൊണ്ട് പരസ്പരം ഭ്രമണം ചെയ്യുന്ന ഇരട്ടഗ്രഹങ്ങളാ ണെന്നു തോന്നും. ഇതിനകം തന്നെ ഭൂമി ചന്ദ്രനോടൊപ്പം സൂര്യനു

ചുറ്റും 27⁰ സഞ്ചരിച്ചിരിക്കും. അതുകൊണ്ട് സൂര്യനെ അപേക്ഷിച്ചുനോ ക്കുമ്പോൾ ചന്ദ്രന്റെ ഭ്രമണം പൂർത്തിയാകാൻ 27⁰ കൂടി തിരിയണം. അതുകൊണ്ട് ഒരു വെളുത്തവാവുമുതൽ അടുത്ത വെളുത്തവാവുവരെ $29\frac{1}{2}$ ദിവസമാകുന്നു. ഭാരതീയർ ഇതിനെ തിഥികളായി ഭാഗിച്ചിട്ടുണ്ട്.

ചന്ദ്രന്റെ ഒരുവശംമാത്രം ഭൂമിയിലേക്കു തിരിഞ്ഞിരിക്കുകയാണെങ്കിലും അതിന്റെ 59 ശതമാനഭാഗം നമുക്ക് പല കാലങ്ങളിലായി കാണാം. ഭൂമി യുടെ അച്ചുതണ്ടിന് 23⁰ ചരിവുള്ളതുപോലെ ചന്ദ്രന് 7⁰ ചരിവുള്ളതു കൊണ്ടാണ് ഇതു സാധ്യമാകുന്നത്.

കവികൾ ചന്ദ്രനെക്കുറിച്ച് സുന്ദരസ്വപ്നങ്ങൾ മെനഞ്ഞിട്ടുള്ള തോടൊപ്പം പൗരാണികശാസ്ത്രചിന്തകർ അതിനെക്കുറിച്ച് പഠിക്കാനും തുനിഞ്ഞിട്ടുണ്ട്. ചന്ദ്രന് സ്വയംപ്രഭയില്ലെന്നും സൂര്യന്റെ വെളിച്ചംതട്ടി പ്രതിഫലിക്കുന്നതാണെന്നും വരാഹമിഹിരൻ പ്രസ്താവിച്ചിട്ടുണ്ട്. ഭൂമി ഒരു ഗോളമാണെന്നു തിരിച്ചറിഞ്ഞില്ലെങ്കിലും ചന്ദ്രൻ ഒരു ഗോളമാണെ ന്നവർ പറഞ്ഞുവച്ചിട്ടുണ്ട്. വെള്ളമുള്ളതുകൊണ്ടാണ് വെളിച്ചം പ്രതി ഫലിക്കുന്നതെന്ന തെറ്റിദ്ധാരണയും അവർക്കുണ്ടായിരുന്നു. ഭാരത ത്തിൽ മാത്രമല്ല, ലോകസംസ്കാരം ഉരുത്തിരിഞ്ഞിടത്തെല്ലാംതന്നെ ഇത്തരം പഠനങ്ങൾ നടന്നിട്ടുണ്ട്.

ചന്ദ്രന് അതിൽ വീഴുന്ന സൂര്യപ്രകാശത്തിന്റെ ഏഴുശതമാനം പ്രതി ഫലിപ്പിക്കാനേ കഴിവുള്ളൂ. എന്നാൽ, ഭൂമി 35 ശതമാനം പ്രതിഫലിപ്പി ക്കും. ചന്ദ്രനിൽനിന്നു നോക്കുമ്പോൾ ഭൂമി അതിമനോഹരമായ കാഴ്ച യാണ്. കരയും കടലും തിരിച്ചറിയാവുന്ന ഒരു നീലപ്പളുങ്കുഗോളം. ഭൂമി യിൽനിന്ന് ചന്ദ്രനിൽ നിലാവു പരന്നൊഴുകുന്ന അസുലഭമായ കാഴ്ച ചിലർക്കെങ്കിലും കാണാൻ കഴിയുന്ന കാലം അധികം കാത്തിരിക്കാ തെതന്നെയുണ്ടാകും.

സൗരരാശികൾ ചിങ്ങംമുതൽ കർക്കടകംവരെയാണെന്നത് എല്ലാ വർക്കും അറിവുള്ളതാണ്. മേടം മുതൽ മീനംവരെ എന്നും പറയാം. ഈ 12 രാശികളിലാണ് അശ്വതി മുതൽ രേവതിവരെയുള്ള 27 നക്ഷത്ര ങ്ങൾ വീതംവയ്ക്കപ്പെട്ടിട്ടുള്ളത്. സൂര്യൻ മേടം രാശിയിൽ നിൽക്കുന്ന സമയമാണ് മേടമാസം. തുടർന്ന് അത് മിഥുനം രാശിയിലേക്കു കടക്കും. ഒരു രാശിയിൽ $2\frac{1}{4}$ നക്ഷത്രങ്ങളുണ്ട് ($^{27}/_{12}$). ചന്ദ്രൻ ഒരു രാശിയിൽ $2\frac{1}{4}$ ദിവസമേ ഉണ്ടായിരിക്കൂ. മേടം രാശിയിൽ അശ്വതിയും ഭരണിയും കാർത്തികയുടെ കാൽഭാഗവുമാണുള്ളത്. ചന്ദ്രൻ അശ്വതിനക്ഷത്രത്തോ ടൊപ്പം നിൽക്കുന്ന ദിവസമാണ് അശ്വതിനാൾ. പിറ്റേന്ന് ചന്ദ്രൻ ഭരണി യോടൊപ്പമാണ് ഉദിക്കുന്നത്; തുടർന്ന് കാർത്തിക. അതുപോലെതന്നെ പൗരാണികർ ദിവസം കണക്കാക്കാൻ സ്വീകരിച്ചിരുന്ന അർഥവത്തായ

ചന്ദ്രനിൽ നിന്നുള്ള ഭൂമിയുടെ ദൃശ്യം

രീതിയാണ് തിഥികൾ. പൗർണമിയോ അമാവാസിയോ കഴിഞ്ഞ് ഒന്നാം ദിവസം പ്രഥമ, രണ്ടാം ദിവസം ദ്വിതീയ അങ്ങനെ പതിനാലാം ദിവസം ചതുർദശി. ഗ്രഹങ്ങളുമായി ബന്ധപ്പെടുത്തി ഞായർ മുതൽ ശനിവരെ യുള്ള ഏഴു ദിവസങ്ങൾക്കു പേരു നൽകിയിരിക്കുന്നതിന് പ്രത്യേകിച്ച് അർഥമൊന്നുമില്ല; തിരിച്ചറിയുകയെന്ന ഉദ്ദേശ്യമേയുള്ളൂ. എന്നാൽ നാളു കൾ, തിഥികൾ, മാസങ്ങൾ എന്നിവയ്ക്ക് പ്രത്യേകമായ അർഥതലങ്ങ ളുണ്ട് എന്ന് ഇതിൽ നിന്നു മനസ്സിലാക്കും.

4

ഗ്രഹണം – ആകാശത്തെ നിഴൽനാടകം

നിഴലും നിലാവും വെയിലും കെട്ടുപിണയുന്ന ഒരാകാശപ്രതിഭാ സമാണ് ഗ്രഹണങ്ങൾ. സൂര്യൻ, ഭൂമി, ചന്ദ്രൻ എന്നീ ആകാശഗോല ങ്ങൾ ഒരേ നേർരേഖയിൽ കടന്നുപോകുന്ന രംഗങ്ങളുണ്ട്. ഇത്തരം സന്ദർഭങ്ങളിൽ ചില കറുത്തവാവുദിവസ ങ്ങളിൽ പകൽസമ യത്ത് ചന്ദ്രൻ ഭൂമിയു ടെയും സൂര്യന്റെയും ഇടയിൽ സൂര്യനെ മറ ച്ചുകൊണ്ട് കടന്നു പോകും. അന്നേരം ചന്ദ്രന്റെ നിഴൽ ഭൂമി യിൽ വീഴുകയും നി ഴൽ പ്രദേശങ്ങളിൽ നിന്നു നോക്കുമ്പോൾ ചന്ദ്രൻ സൂര്യനെ മറ യ്ക്കുകയും ചെയ്യും. ചന്ദ്രൻ സൂര്യനെ മുഴു വനായി മറയ്ക്കുമ്പോൾ പൂർണഗ്രഹണവും, ഭാഗികമായി മറയ്ക്കു മ്പോൾ ഭാഗികമായ സൂര്യഗ്രഹണവുമാ

സൂര്യഗ്രഹണത്തിലെ ഡയമണ്ട് റിങ് ഇഫക്ട്

പൂർണ സൂര്യഗ്രഹണം

ണുണ്ടാവുക. കടന്നുപോകുന്ന ഒരു വാഹനം റോഡിനപ്പുറം നിൽക്കുന്ന നമ്മുടെ സുഹൃത്തിനെ നിമിഷനേരത്തേക്കു മറയ്ക്കുന്ന അതേ സംഭ വംതന്നെയാണിവിടെയും.

ഭൂമി സൂര്യനെ വലംവയ്ക്കുന്ന തലവും ചന്ദ്രൻ ഭൂമിയെ വലംവ യ്ക്കുന്ന തലവും ഒന്നല്ല. അതിന് 5 ഡിഗ്രി ചരിവുണ്ട്. ഈ ചരിവില്ലായി രുന്നുവെങ്കിൽ എല്ലാ കറുത്തവാവു ദിവസങ്ങളിലും സൂര്യഗ്രഹണവും എല്ലാ വെളുത്തവാവുദിവസങ്ങളിലും ചന്ദ്രഗ്രഹണവും ഉണ്ടാകുമായി രുന്നേനെ. ഈ രണ്ടു പ്രദക്ഷിണപഥങ്ങൾ മുറിച്ചുകടക്കുന്ന വേളകളി ലാണ് ഗ്രഹണങ്ങളുണ്ടാകുന്നത്. കൃത്യമായ ഇടവേളകൾക്കുശേഷം ആവർത്തിക്കുന്നതുകൊണ്ടു കൂടിയാണ് ഗ്രഹണങ്ങൾ പ്രവചിക്കാൻ സാധിക്കുന്നത്.

പ്രാചീന ജ്യോതിഷികൾക്ക് ഗ്രഹണങ്ങളുടെ കാരണമെന്തെന്നറി യില്ലായിരുന്നു. ഭാവനയുടെ ചിറകുകൾ വിരിയാൻ ഇതൊരു കാരണമാ യി. അനേകം കഥകളും ഉപകഥകളും മെനഞ്ഞെടുക്കപ്പെട്ടു. പലതരം അന്ധവിശ്വാസങ്ങൾ ഇതോടൊപ്പം പ്രചരിക്കയുണ്ടായി. ശാസ്ത്രം വള രുകയും അറിവുകൾ വർധിക്കുകയും ചെയ്ത ഇക്കാലത്തുപോലും അബ ദ്ധജഡിലമായ വിശ്വാസങ്ങൾ പുലർത്തുന്ന വിദ്യാസമ്പന്നർപോലുമുണ്ടെ ന്നത് നമ്മെ അത്ഭുതപ്പെടുത്തും. അത് മറ്റൊരത്ഭുതം.

സൂര്യന്റെ വ്യാസം ചന്ദ്രന്റേതിന്റെ ഏകദേശം 400 ഇരട്ടിയാണ്. ഭൂമി യിൽ നിന്ന് സൂര്യനിലേക്കുള്ള ദൂരം ചന്ദ്രനിലേക്കുള്ളതിന്റെ 400 ഇരട്ടി

യുമാണ്. ഈ അനുപാതം സൂക്ഷിക്കുന്നതുകൊണ്ടാണ് സൂര്യനും ചന്ദ്രനും ഒരേ വലുപ്പമുള്ളതായി ഭൂമിയിൽനിന്നു നോക്കുമ്പോൾ നമുക്കു തോന്നുന്നത്. സൂര്യനെ മുഴുവനായിത്തന്നെ നമ്മിൽനിന്ന് മറയ്ക്കാൻ ചന്ദ്രന് ചിലപ്പോഴെങ്കിലും കഴിയുന്നതും ഇതുകൊണ്ടാണ്.

നിഴലിന് ഛായ (Umbra)എന്ന ഇരുണ്ട ഒരു മധ്യഭാഗവും, ഉപഛായ (Penumbra) എന്ന ഒരു പുറംഭാഗവുമുണ്ട്. ഗ്രഹണസമയത്ത് ഭൂമിയിൽ ചന്ദ്രന്റെ ഛായ പതിയുന്ന ഇടങ്ങളിൽ പൂർണസൂര്യഗ്രഹണവും ഉപ ഛായ പതിയുന്ന ഇടങ്ങളിൽ ഭാഗികസൂര്യഗ്രഹണവുമായിരിക്കും ഉണ്ടാ കുക.

5

ചന്ദ്രഗ്രഹണം

ഭൂമി സൂര്യന്റെയും ചന്ദ്രന്റെയും ഇടയിൽ നേർരേഖയിൽ വരികയും ഭൂമിയുടെ നിഴൽ ചന്ദ്രനിൽ വീഴുകയും ചെയ്യുമ്പോഴാണ് ചന്ദ്രഗ്രഹണ മുണ്ടാകുന്നത്. വെളുത്തവാവു ദിവസങ്ങളിലേ ചന്ദ്രഗ്രഹണമുണ്ടാകൂ. പൂർണ സൂര്യഗ്രഹണം ഉണ്ടാകുമ്പോൾ സൂര്യൻ പൂർണമായി മറയു ന്നതുപോലെ പൂർണചന്ദ്രഗ്രഹണസമയത്ത് ചന്ദ്രൻ പൂർണമായി കാണാ താകുന്നില്ല. ഇതിനു രണ്ടു കാരണങ്ങളുണ്ട്. ഒന്ന്: ഭൂമിയുടെ അന്തരീ ക്ഷത്തിൽ സൂര്യപ്രകാശത്തിന് അപഭ്രംശം സംഭവിച്ച് കുറേ വെളിച്ചം ചന്ദ്രനിൽ വീഴും. രണ്ട്:

ഭൂമിയുടെ അന്തരീക്ഷ ത്തിലുള്ള പൊടിപടല ങ്ങളിൽ തട്ടി വെളിച്ചം ചിതറിത്തെറിച്ച് ചന്ദ്ര നിൽ വീഴുന്നു. പൂർണ ഗ്രഹണസമയത്തും ച ന്ദ്രനെ മങ്ങിയ ഓറഞ്ച് നിറത്തിൽ കാണാൻ കഴി യും. ചന്ദ്രന്റെ വലുപ്പക്കു റവുമൂലം നിഴൽ ചെറു താകയാൽ പൂർണ സൂ ര്യഗ്രഹണം ഏകദേശം നാലു മിനിറ്റേ കാണാൻ കഴിയൂ. എന്നാൽ ഭൂമി യുടെ നിഴലിന്റെ വലുപ്പ

വലയഗ്രഹണം

കൂടുതലും ചന്ദ്രന്റെ വലുപ്പക്കുറവുമൂലം ചന്ദ്രഗ്രഹണം കൂടുതൽ നേരം നീണ്ടുനിൽക്കും. മാത്രമല്ല അത് കൂടുതൽ സ്ഥലങ്ങളിൽ ദൃശ്യമാകു യും ചെയ്യും. സൂര്യഗ്രഹണം പല സ്ഥലത്തുനിന്നു നോക്കുമ്പോൾ പല ഘട്ടങ്ങളിലായാണ് കാണുക. എന്നാൽ ചന്ദ്രഗ്രഹണം ഭൂമിയിൽനിന്ന് കാണാവുന്നിടത്തുനിന്നെല്ലാം ഒരുപോലെ കാണാം.

രാഹുവും കേതുവും

ഭൂമിയിൽനിന്നു നോക്കുമ്പോൾ സൂര്യൻ ഭൂമിയെ വലംവയ്ക്കുന്നു വെന്നു നമുക്ക് തോന്നുന്ന പ്രദക്ഷിണപഥവും (യഥാർഥത്തിൽ ഭൂമി സൂര്യനെയാണല്ലോ പ്രദക്ഷിണം ചെയ്യുന്നത്) ചന്ദ്രൻ ഭൂമിയെ ചുറ്റുന്ന പ്രദക്ഷിണപഥവും മുറിച്ചുകടക്കുന്നു എന്നു നമുക്ക് തോന്നുന്ന (യഥാർഥ ത്തിൽ ഈ പഥങ്ങൾ വിദൂരമായ രണ്ടു തലങ്ങളിലാണ്) രണ്ടു സ്ഥാന ങ്ങളിലാണ് ഗ്രഹണം നടക്കുന്നത്. ചന്ദ്രപഥം സൂര്യപഥത്തെ വടക്കു നിന്ന് തെക്കോട്ടു ഖണ്ഡിക്കുന്ന സ്ഥാനം രാഹുവും തെക്കുനിന്ന് വട ക്കോട്ട് ഖണ്ഡിക്കുന്ന സ്ഥാനം കേതുവാണ്. (പ്രപഞ്ചത്തിൽ തെക്കും വടക്കുമില്ല. സൗകര്യത്തിനുവേണ്ടി അങ്ങനെ സങ്കൽപ്പിക്കുന്നുവെന്നു മാത്രം). ഈ സ്ഥാനങ്ങൾ തമ്മിൽ ആറു രാശികളുടെ വ്യത്യാസം നില നിൽക്കും. രാഹു മേടത്തിലാകുമ്പോൾ കേതു തുലാത്തിലായിരിക്കും. കേതു മകരത്തിലാകുമ്പോൾ രാഹു കർക്കടകത്തിലും. സൂര്യനും ചന്ദ്രനും ഒരേ സമയം രാഹുവിലോ അല്ലെങ്കിൽ കേതുവിലോ വരുമ്പോഴാണ് സൂര്യഗ്ര ഹണം. സൂര്യനും ചന്ദ്രനും ഭൂമിക്കിരുവശത്തും രാഹുവിലും കേതുവി ലുമായി വിരുദ്ധരാശികളിൽ നിൽക്കുമ്പോഴാണ് ചന്ദ്രഗ്രഹണമുണ്ടാകുക. ഗ്രഹണങ്ങളുടെ യഥാർഥ കാരണം അറിയാമായിരുന്നില്ലെങ്കിലും ഗ്രഹണം മുൻകൂട്ടി കാണാൻ പ്രാചീന ജ്യോതിഷികൾക്കു കഴിഞ്ഞിരു ന്നു. ഗ്രഹണം തുല്യമായ ഇടവേളകളിൽ ആവർത്തിക്കുന്നുവെന്നു മന സിലായതുകൊണ്ടാണ് ഇതു സാധിച്ചതും; ഇന്നും സാധിക്കുന്നതും. പതിനെട്ടു വർഷവും പതിനൊന്നു ദിവസവും എട്ടുമണിക്കൂറുമാണ് ഇട വേള. അതുകൊണ്ട് രാഹുകേതുക്കൾ വലംവയ്ക്കുന്നത് 18 വർഷംകൊ ണ്ടാണെന്ന് അവർ കണക്കുകൂട്ടി; ഒരു രാശിയിൽ ഒന്നര വർഷം. ഇല്ലാത്ത രാഹുവിന്റെ പേരിലുണ്ടാക്കിയിട്ടുള്ള രാഹുകാലവും ഗുളികന്റെ പേരിലുള്ള ഗുളികകാലവും ഇന്നും കേരളീയരെ 'ബാധ' പോലെ പിന്തു ടരുന്നു എന്നത് ലജ്ജാകരമായ സംഗതിയാണ്.

ചന്ദ്രോപരിതലത്തിൽനിന്ന് ഗ്രഹണം വീക്ഷിക്കുമ്പോൾ

ഒരു ബഹിരാകാശചാരി ചന്ദ്രഗ്രഹണസമയത്ത് ചന്ദ്രനിൽ നിന്ന് ആകാശം വീക്ഷിക്കുകയാണെന്നിരിക്കട്ടെ, എന്തായിരിക്കും അയാൾ കാണുക? ഭൂമി സൂര്യനെ മറയ്ക്കുന്ന അതിമനോഹരമായ ഒരു സൂര്യ ഗ്രഹണം. ഭൗമാന്തരീക്ഷത്തിലെ പൊടിപടലങ്ങളിൽ സൂര്യവെളിച്ചം തട്ടി പ്രതിഫലിച്ചുണ്ടാകുന്ന പ്രഭാവലയത്തിനു നടുവിൽ ഇരുണ്ട ഭൂഗോളം.

നാം ഭൂമിയിൽനിന്നു കാണുന്ന ഒരു സൂര്യഗ്രഹണത്തെക്കാൾ വളരെ കൂടുതൽ സമയം സൂര്യനെ മറയ്ക്കുന്ന ഇത്തരമൊരു കാഴ്ച മനുഷ്യൻ കാണാനിരിക്കുന്ന കാലം അതിവിദൂരമല്ല.

ഇനി പൂർണ സൂര്യഗ്രഹണസമയത്ത് ചന്ദ്രനിൽനിന്ന് ആകാശം വീക്ഷിക്കുന്ന ഒരു സഞ്ചാരി കാണുന്നതെന്തായിരിക്കും എന്നു ചിന്തിക്കാം. ഭൂമിയിൽ നിഴൽ വീഴുന്ന ഒരു ഭൂഗ്രഹണം. വൃത്താകൃതിയിലുള്ള ഒരു ഛായ (അമ്പ്ര) ഭൂമിയുടെ ഉപരിതലത്തിലൂടെ ഓടിമറയുന്ന ഒരു അപൂർവ ദൃശ്യമായിരിക്കും അത്. ഛായയുടെ ചുറ്റും ഉപഛായ അത്ര തന്നെ ഇരുണ്ടതല്ലാത്ത അതിനു ചുറ്റുമുള്ള മറ്റൊരു വൃത്തമായി അതിനെ അനുഗമിക്കും.

6

വലയ സൂര്യഗ്രഹണം

സൂര്യഗ്രഹണമുണ്ടാകുന്ന ചില ഘട്ടങ്ങളിൽ സൂര്യനെ മുഴുവ നായി മറയ്ക്കാൻ ചന്ദ്രനു കഴിയുകയില്ല. അത്തരം സന്ദർഭങ്ങളിൽ ചന്ദ്രന്റെ ഇരുണ്ട വൃത്തത്തിനുചുറ്റും സൂര്യന്റെ പ്രഭാപൂരിതമായ അരി കുകൾ വലയംപോലെ കാണപ്പെടും. ഇതാണ് വലയ സൂര്യഗ്രഹണം (Annular Eclipse) എന്ന് അറിയപ്പെടുന്നത്. ഇത്തരമൊരു പ്രതിഭാസ ത്തിനു കാരണമെന്തെന്ന് പൂർവികർക്ക് അറിയുമായിരുന്നില്ല. ഒരുപക്ഷേ കേതുവിന്റെ വായിൽ സൂര്യൻ ഒതുങ്ങാത്തതാകാമെന്ന കാരണമായി രിക്കാം അന്നത്തെ ജ്യോതിഷികൾ പറഞ്ഞിട്ടുണ്ടാകുക.

ജോഹന്നസ് കെപ്ലറുടെ ഭ്രമ ണനിയമങ്ങൾ രൂപപ്പെട്ടതിനുശേഷ മാണ് വലയസൂര്യഗ്രഹണത്തിന്റെ കാരണങ്ങൾ ബോധ്യപ്പെടത്തക്ക രീതിയിൽ ഫലപ്രദമായി വിശദീക രിക്കാൻ ശാസ്ത്രത്തിനു കഴിഞ്ഞ ത്. കെപ്ലറുടെ ഒരു പ്രധാന നിയമം ഗ്രഹങ്ങൾ സൂര്യനെയും ഉപഗ്രഹ ങ്ങൾ ഗ്രഹങ്ങളെയും ആധാര മാക്കി ഭ്രമണം ചെയ്യുന്നത് വൃ ത്താകൃതിയിലല്ല, ചെറുതോ വ ലുതോ ആയ, ദീർഘവൃത്താകൃതി യിലാണെന്നാണ്. അരിസ്റ്റോട്ടിൽ തുടങ്ങിയ ദാർശനികരും ടോളമി തുടങ്ങിയ ഗണിതജ്ഞരും തോ

സൂര്യഗ്രഹണം

മസ് അകിനാസ് തുടങ്ങിയ മതചിന്തകരും പ്രപഞ്ചത്തെ ചിത്രീകരിച്ചത് ഗ്രഹങ്ങളും നക്ഷത്രങ്ങളും ഭൂമിയെ വൃത്താകൃതിയിൽ വലംവയ്ക്കുന്നു എന്ന രീതിയിലാണ്. കോപ്പർനിക്കസ് പോലും വൃത്താകൃതിയെന്ന പരി കൽപ്പനയെ ചോദ്യം ചെയ്തില്ല. ദൈവത്തിന് ഏറ്റവും പ്രിയപ്പെട്ടത് വൃത്താകൃതിയാണെന്ന വിശ്വാസവും മേൽപ്പറഞ്ഞ സങ്കൽപ്പത്തിനു ബലമേകി. കെപ്ലറുടെ വിപ്ലവകരമായ നിയമങ്ങൾ വന്നതോടെയാണ് വലയസൂര്യഗ്രഹണം, ഗ്രഹങ്ങളുടെ വക്രഗതി തുടങ്ങിയ പ്രതിഭാസ ങ്ങൾക്ക് ബോധ്യപ്പെടുന്ന രീതിയിലുള്ള വിശദീകരണങ്ങളുണ്ടായത്.

ഒരു ദീർഘവൃത്തത്തിന് രണ്ടു കേന്ദ്രങ്ങളുണ്ടായിരിക്കും. സൂര്യനെ വലംവയ്ക്കുമ്പോൾ ഈ രണ്ടു കേന്ദ്രങ്ങളിൽ ഒന്നിൽ സൂര്യൻ നിൽക്കു ന്നു എന്നതിനെ ആശ്രയിച്ചാണ് ഗ്രഹങ്ങൾ ഭ്രമണം ചെയ്യുന്നത്. ചന്ദ്രൻ ഭൂമിയെ വലംവയ്ക്കുന്നതും അങ്ങനെതന്നെ. ദീർഘവൃത്താകൃതിയിൽ ഭൂമി സൂര്യനെ വലംവയ്ക്കുമ്പോൾ സൂര്യനോടടുത്തുവരുന്ന ഒരു സന്ദർഭവും അകന്നുനിൽക്കുന്ന മറ്റൊരു സന്ദർഭവുമുണ്ടായിരിക്കുമല്ലോ. അടുത്ത് വരുന്ന അവസ്ഥയെ 'പെരിഹിലിയൻ' എന്നും അകന്നു നിൽക്കുന്ന അവസ്ഥയെ 'അപ്ഹിലിയൻ' എന്നുമാണ് പറയുക. പെരി ഹിലിയനിൽ നിൽക്കുമ്പോൾ സൂര്യൻ വലുപ്പക്കൂടുതലും അപ്ഹിലിയ നിൽ നിൽക്കുമ്പോൾ വലുപ്പക്കുറവും തോന്നും. അതുപോലെ ചന്ദ്രൻ ഭൂമിയോടടുത്തു നിൽക്കുന്ന അവസ്ഥയെ പെരിജി എന്നും അകന്നു നിൽക്കുന്ന അവസ്ഥയെ അപ്പോജി എന്നും പറയും. ഭൂമി സൂര്യന്റെ പെരി ഹിലിയനിലും, ചന്ദ്രൻ ഭൂമിയുടെ അപ്പോജിയിലുമായിരിക്കുന്ന അവസ്ഥ യിൽ സൂര്യന് വലുപ്പക്കൂടുതലും ചന്ദ്രന് വലുപ്പക്കുറവും അനുഭവപ്പെടും. അത്തരം സന്ദർഭങ്ങളിൽ പൂർണ സൂര്യഗ്രഹണമുണ്ടായാൽ സൂര്യനെ പൂർണമായി മറയ്ക്കാൻ ചന്ദ്രനു കഴിയുകയില്ല. അതാണ് വലയസൂര്യ ഗ്രഹണമായി കാണുന്നത്.

ഭൂമി സൂര്യന്റെ അപ്ഹിലിയനിലും ചന്ദ്രൻ ഭൂമിയുടെ പെരിജിയി ലുമായിരിക്കുന്ന സമയത്ത് ഒരു സൂര്യഗ്രഹണം ഉണ്ടാകുകയാണെങ്കിൽ അത് പതിവിലും കൂടുതൽ നേരം നിലനിൽക്കും. ചന്ദ്രൻ അടുപ്പം കൊണ്ട് വലുതും സൂര്യൻ അകലംകൊണ്ട് ചെറുതുമായി തോന്നുന്നതു കൊണ്ടാണത്.

സൂര്യഗ്രഹണകാലത്ത് ദൈവവിഗ്രഹങ്ങളുടെ ചൈതന്യം നഷ്ടമാ വാതിരിക്കാൻ തലയിൽ തുണിയിട്ടു മൂടുന്ന പതിവുണ്ട്. ഇനിയും അതു വേണ്ടെന്നു വയ്ക്കാനുള്ളത്ര പുരോഗമനചിന്തയെങ്കിലും തന്ത്രിമാർക്ക് ഉണ്ടാകണം.

ഗോപനവും സംതരണവും

അടുത്തുള്ള ആകാശവസ്തുക്കൾ അകലെയുള്ളതിനെ മറ യ്ക്കുന്ന പ്രതിഭാസങ്ങളെ ഗോപനം (occultation) എന്നാണ് വിളിക്കുക. ചന്ദ്രന്റെ സഞ്ചാരങ്ങൾക്കിടെ അത് സൂര്യനെ കൂടാതെ മറ്റു നക്ഷത്ര

ങ്ങളെയോ ഗ്രഹങ്ങളെയോ ഗോപനം ചെയ്യാറുണ്ട്. സൂര്യന്റെയും ഭൂമി യുടെയും ഇടയിലുള്ള ശുക്രൻ, ബുധൻ എന്നീ ഗ്രഹങ്ങളും അപൂർവ സന്ദർഭങ്ങളിൽ സൂര്യന്റെ മുന്നിലൂടെ കടന്നുപോകാറുണ്ട്. ഇതിനെ സംത രണം (Transit)എന്നാണ് പറയുന്നത്. ബുധനും ശുക്രനും ചന്ദ്രനേക്കാൾ വലുതാണെങ്കിലും അകലംകൂടുതലുള്ളതു മൂലം തീരെ ചെറുതായാണ് നമുക്ക് കാണാവുന്നത്. സൂര്യനെ കടന്നുപോകുമ്പോൾ ഒരു കറുത്ത പൊട്ടുപോലെയാണത് കാണപ്പെടുന്നത്. സൂര്യനെ നേരിട്ടു നോക്കുന്നത് കണ്ണിനു ദോഷം ചെയ്യും. അതുകൊണ്ട് അരിപ്പകൾ (filter) ഉപയോ ഗിച്ചേ സൂര്യപ്രതിഭാസങ്ങളെ നോക്കാവൂ. ഗോപനം, സംതരണം തുട ങ്ങിയതൊന്നും അത്ര നാടകീയമായ കാഴ്ചകളല്ലാത്തതിനാൽ ജനശ്രദ്ധ പിടിച്ചുപറ്റാറില്ല. വാർത്താപ്രാധാന്യം നേടാറുമില്ല. ആകാശകുതുകിക ളുടെ ചർച്ചകളിലും നിരീക്ഷണങ്ങളിലും മാത്രം അത് എപ്പോഴും ഒതുങ്ങി നിൽക്കും.

വൈരമോതിരപ്രഭാവം

പൂർണസൂര്യഗ്രഹണവേളയിൽ ചന്ദ്രന്റെ ഉപരിതലത്തിലെ നിമ്നോതങ്ങൾക്കിടയിലൂടെ സൂര്യപ്രകാശം കടന്നുവരുന്ന ഒരപൂർവ ദൃശ്യവും കാണാറുണ്ട്. മോതിരത്തെ ഓർമിപ്പിക്കുന്നതുകൊണ്ടാകാം. ഇതിനെ വൈരമോതിരപ്രഭാവം എന്നു പറയുന്നത്. അതുപോലെതന്നെ പൂർണസൂര്യഗ്രഹണസമയത്ത് കാണാവുന്ന മറ്റൊന്ന് സൂര്യന്റെ ചുറ്റു മുള്ള കൊറോണ എന്ന ഭാഗമാണ്. സൂര്യനെ പൂർണമായി മറച്ചുകഴി യുമ്പോൾ ചുറ്റും ഒരു പ്രഭാവലയംപോലെ, പരിവേഷംപോലെ നമുക്കതു കാണാം.

7

ചന്ദ്രോൽപ്പത്തി വിശേഷങ്ങൾ

ചന്ദ്രൻ എങ്ങനെയുണ്ടായി എന്നതു സംബന്ധിച്ച് ശാസ്ത്രജ്ഞർ അനേകം പരികൽപ്പനകൾ ഉണ്ടാക്കിയിട്ടുണ്ട്. പുതിയ വിവരങ്ങൾ ലഭി ക്കുന്നതിനനുസരിച്ചുണ്ടാകുന്ന തെളിവുകളുടെ അടിസ്ഥാനത്തിലാണ് പരികൽപ്പനകൾക്ക് സാധുത ലഭിക്കുന്നത്. പ്രധാനപ്പെട്ട അഞ്ചെണ്ണം ഇനി പറയാം:

1. സൗരമ്പൂഥത്തിൽ എവിടെയെന്മാ രൂപംകൊണ്ട് അലയുകമ്മായിരുന്ന ചന്ദ്രനെ ഭൂമി ഗുരുത്വാകർഷണംകൊണ്ട് വരുതിയിലാക്കിയതാണ്. ഭൂമി യുടേതിൽനിന്ന് വ്യത്യസ്തമായ പദാർഥഘടനയാണ് ചന്ദ്രനിലുള്ളതെന്ന് ഇതിനു തെളിവായി അവതരിപ്പിക്കപ്പെടുന്നു.

2. ഭൂമി ദ്രവാവസ്ഥയിൽ കറങ്ങിക്കൊണ്ടിരുന്നകാലത്ത് അതിന്റെ വേഗംമൂലം നടുഭാഗം വീർക്കുകയും സൂര്യന്റെ ഗുരുത്വാകർഷണംമൂല മുണ്ടായ വേലിയേറ്റംകൊണ്ട് വിട്ടുപോയി രൂപംകൊള്ളുകയും ഉറഞ്ഞു കട്ടി ആകുകകയും ചെയ്ത ഒന്നാണത്.

3. ഭൂമിയും ചന്ദ്രനും ഒരേസമയം രൂപപ്പെട്ടതാണ്. ശനി, യുറാനസ് തുടങ്ങിയ ഗ്രഹങ്ങൾക്കുള്ളതുപോലെ വലയങ്ങൾ ഒരു കാലത്ത് ഭൂമി ക്കുമുണ്ടായിരുന്നു. ഈ വലയങ്ങൾക്കകത്തുണ്ടായിരുന്ന പദാർഥങ്ങൾ ഉരുണ്ടുകൂടി ഉണ്ടായതാണ് ചന്ദ്രൻ.

4. ഭൂമിയുടെ സമീപത്തുകൂടി കടന്നുപോയ ദ്രവാവസ്ഥയിലുള്ള മറ്റൊരു ഗ്രഹത്തിൽനിന്ന് ഗുരുത്വാകർഷണത്തിലൂടെ അടർത്തിയെടുത്തു സ്വരൂപിച്ചതാകാമിത്.

5. ഭീമാകാരമായ ഒരു ഛിന്നഗ്രഹം ദ്രവാവസ്ഥയിലുള്ള ഭൂമിയിൽ ഇടിച്ചിറങ്ങിയപ്പോൾ അതിന്റെ ആഘാതത്തിൽ ഭൂമിയിൽ നിന്നു തെറിച്ചു

പോയ പദാർഥങ്ങളും ഇടിച്ച വസ്തുവിന്റെ ഒരു ഭാഗവും ചേർന്നുണ്ടാ
യതാണ് ചന്ദ്രൻ.

അഞ്ചാമത്തെ സിദ്ധാന്തത്തിനാണ് കൂടുതൽ സാധ്യത എന്നാണ്
കരുതപ്പെടുന്നത്. എങ്കിലും ഇതിൽ ഏതാണു ശരിയെന്ന് സംശയാതീ
തമായി തെളിയിക്കപ്പെട്ടിട്ടില്ല. ഇന്നത്തെ ഗവേഷണങ്ങൾ പലതും ആ
വഴിക്കുള്ള വിവരശേഖരങ്ങൾക്കു കൂടി വേണ്ടിയിട്ടാണ്.

8

ചന്ദ്രോപരിതലത്തിലെ ഗർത്തങ്ങൾ

ചന്ദ്രന്റെ ഉപരിതലത്തിലുള്ള ഗർത്തങ്ങളും കുന്നുകളും മറ്റും ഉൽക്കപൊതങ്ങൾമൂലവും അഗ്നിപർവതസ്ഫോടനങ്ങൾ മുഖാന്തരവും ഉണ്ടായിട്ടുള്ളതാണെന്നാണ് വിലയിരുത്തപ്പെടുന്നത്. ഇതെല്ലാംതന്നെ ചരിത്രാതീതകാലത്ത് സംഭവിച്ചതാണ്. 1178 ജൂൺ 25ന് ഇംഗ്ലണ്ടിലെ കാന്റർ ബറി സന്യാസിമഠത്തിലെ അന്തേവാ സികൾ ചന്ദ്രന്റെ വക്കിൽനിന്ന് ജ്വാല കളുയരുന്നതു കണ്ടുവെന്ന് രേഖപ്പെ ടുത്തിയിട്ടുണ്ട്. ചന്ദ്രന്റെ ഗുരുത്വംമൂലം ആകർഷിക്കപ്പെട്ട് അതിന്റെ വശങ്ങ ളിൽ വീണുതകർന്ന ഏതെങ്കിലും ചെറുതരം ധൂമകേതുവാകാം അതിനു കാരണം. (1908 ജൂൺ 30 ന് ഇതുപോ ലൊരു വസ്തു റഷ്യയിലെ തുങ്കസ്കാ എന്ന സ്ഥലത്ത് ഒരു പ്രകാശധാര യോടുകൂടി ഇടിമുഴക്കത്തോടെ പതി ക്കുന്നതു കണ്ടിട്ടുള്ളവരുണ്ട്.)

ഇതെന്തുമാകട്ടെ, ചന്ദ്രന്റെ ഉപരി തലം അനവധി ഗർത്തങ്ങളുള്ളതാണ്. ഈ ഗർത്തങ്ങളുടെ വക്കുകൾ ചന്ദ്ര

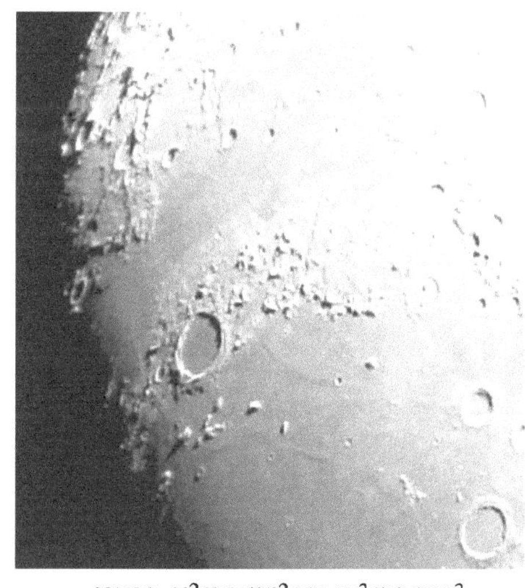

ചന്ദ്രോപരിതലത്തിലെ ഗർത്തങ്ങൾ

ന്റെ പ്രതലത്തിൽനിന്ന് ഉയർന്നു നിൽക്കുന്നതുമാണ്. ചില ഗർത്തങ്ങൾ സാധാരണപോലെ കാണുമ്പോൾ മറ്റു ചിലതിനകത്തും കുഴികളുണ്ട്. ചില വലിയ ഗർത്തങ്ങൾക്കു ചുറ്റും ചെറിയ കുഴികളും കാണപ്പെടുന്നു.

ചുരുക്കത്തിൽ പറഞ്ഞാൽ 100 കിലോമീറ്റർ വ്യാസമുള്ളതുമുതൽ ഏതാനും സെന്റിമീറ്റർ വ്യാസമുള്ളതുവരെയുള്ള ഗർത്തങ്ങൾ ചന്ദ്രന്റെ ഉപരിതലത്തിലുണ്ട്. വലിയ ഗർത്തങ്ങൾക്കെല്ലാം പേരു നൽകിയിട്ടുണ്ട്. ശാസ്ത്രജ്ഞരുടെ പേരുകളാണ് മിക്കവയ്ക്കും. പ്ലാറ്റോ, അരിസ്റ്റാർക്ക സ്, ആർക്കമിഡീസ് തുടങ്ങിയ ഗ്രീക്ക് ചിന്തകരുടെ പേരുകളും കോപ്പർനിക്കസ്, കെപ്ലർ, ടൈക്കോ തുടങ്ങിയ മധ്യകാല ശാസ്ത്രജ്ഞ രുടെ പേരുകളും ഇതിൽ പെടും.

"ടൈക്കോ മേഘക്കടൽ" എന്ന പേരു നൽകിയിരിക്കുന്ന പ്രദേശ ത്താണ് അതേ പേരിലുള്ള 80 കി മീറ്റർ വ്യാസമുള്ള വലിയ ഗർത്തം സ്ഥിതിചെയ്യുന്നത്. സൂര്യപ്രകാശം വീഴുമ്പോൾ ശോഭയോടെ കാണ പ്പെടുന്ന ഒന്നാണിത്. മാത്രമല്ല, പ്രകാശിക്കുന്ന വരകൾപോലെ ചിലത് അതിനകത്തു കാണാം. ഗർത്തങ്ങൾ രൂപംകൊള്ളുമ്പോൾ പുറത്തു തുറിച്ചുവന്ന പദാർഥങ്ങളാണ് ഈ പ്രകാശരേഖകൾക്കു കാരണമെ ന്നാണു കരുതപ്പെടുന്നത്.

ചന്ദ്രോപരിതലത്തിലെ ഗർത്തങ്ങൾക്കു കാരണം ഉൽക്കപാതമാ ണെന്ന കാര്യത്തിൽ ശാസ്ത്രജ്ഞർക്ക് പൊതുവെ യോജിപ്പാണ്. അഗ്നി പർവതങ്ങൾമൂലം ഉണ്ടായ ഗർത്തങ്ങളും ഇല്ലാതില്ല. അത്തരം ഗർത്ത ങ്ങൾക്കിടയിൽ പരന്നൊഴുകിയ ലാവമൂലമുണ്ടായ മിനുസമായ പ്രതല വുമുണ്ടായിരിക്കും. ഉയർന്ന വക്കുകളുണ്ടായിരിക്കുകയുമില്ല. ഹെറോ ഡോട്ടസ് എന്ന പേരു നൽകപ്പെട്ടിരിക്കുന്ന ഗർത്തം അത്തരത്തിലൊ ന്നാണ്. ഗർത്തങ്ങളെക്കുറിച്ചുള്ള പഠനങ്ങളും ഉൽപ്പത്തിയെക്കുറിച്ചുള്ള അന്വേഷണങ്ങൾക്ക് ആക്കം നൽകും.

9

ചന്ദ്രന്റെ വൃദ്ധിക്ഷയങ്ങൾ

സൗരയൂഥത്തിലെ ഗ്രഹങ്ങളെപ്പോലെയും മറ്റ് ഉപഗ്രഹങ്ങൾ പോലെയും തന്നെ ചന്ദ്രന് സ്വയം പ്രകാശമില്ല. സൂര്യവെളിച്ചം തട്ടിയുള്ള പ്രതിഫലനമാണ് നാം കാണുന്നത്. സൂര്യപ്രകാശം പതിക്കുന്ന പകുതി ഭാഗം പ്രകാശമാനമായും മറുപകുതി ഇരുട്ടിലുമായിരിക്കും. ഭൂമിയിൽ നാം നിൽക്കുന്ന സ്ഥലത്തുനിന്നു നോക്കുമ്പോൾ സൂര്യവെളിച്ചം തട്ടുന്നത്ര ഭാഗം മാത്രമേ നമുക്കുകാണാൻ കഴിയു. നമുക്കൂ കാണാൻ കഴിയുന്ന ചന്ദ്രന്റെ മുഴുവൻ ഭാഗത്തും സൂര്യവെളിച്ചം വീഴുന്നത് പൗർണമി (വെളുത്തവാവ്) ദിവസമാണ്. അതേസമയം, ചന്ദ്രന്റെ നമുക്കുകാണാൻ കഴിയാത്ത വശ ത്തുമാത്രം സൂര്യവെളിച്ചം വീഴുന്ന ദിവസമാണ് അമാവാസി(കറുത്ത വാവ്).

ചന്ദ്രൻ ഭൂമിയെ വലംവയ്ക്കുന്നതോടൊപ്പംതന്നെ ഒരുമിച്ച് സൂര്യ നെയും വലംവയ്ക്കുന്നുണ്ടല്ലോ. ഇതു നടക്കുന്ന മുറയ്ക്ക് ചന്ദ്രനിലും ദിനരാത്രങ്ങളുണ്ടാകുന്നുണ്ട്. ചന്ദ്രനിൽ പകൽ 15 ദിവസവും രാത്രി 15 ദിവസവും നീണ്ടുനിൽക്കും. ഈ 15 ദിവസങ്ങളിൽ തിരിച്ചിലിനനുസ രിച്ച് സൂര്യന്റെ വെളിച്ചം ചന്ദ്രനിൽ പതിക്കുന്ന, നമുക്കു കാണാവുന്ന ഭാഗത്തിന്റെ അളവിൽ വൃത്യാസമുണ്ടാകുന്നുണ്ട്. അമാവാസി ദിവസം നമുക്ക് ചന്ദ്രനെ ഒട്ടും കാണാൻ കഴിയുന്നില്ല. കാരണം ചന്ദ്രന്റെ നമുക്കു കാണാൻ കഴിയാത്ത വശത്തുമാത്രമാണ് അന്നു സൂര്യവെളിച്ചം വീഴുക എന്നാൽ, പിറ്റേന്നാകുമ്പോഴേക്കും ചന്ദ്രനിൽ സൂര്യവെളിച്ചം വീഴുന്ന കുറച്ചുഭാഗം ഒരു വളഞ്ഞ രേഖപോലെ നമുക്കു കാണാൻ കഴിയും. തുടർന്ന് തിരിയുന്നതിനനുസരിച്ച് വെളിച്ചം വീഴുന്ന കൂടുതൽ കൂടുതൽ ഭാഗങ്ങൾ ഓരോദിവസവും ദൃശ്യമാകും. ഈ അവസരത്തെയാണ് നാം വെളുത്തപക്ഷം എന്നു പറയുന്നത്. പതിനഞ്ചാംദിവസം നമുക്ക് ചന്ദ്രന്റെ

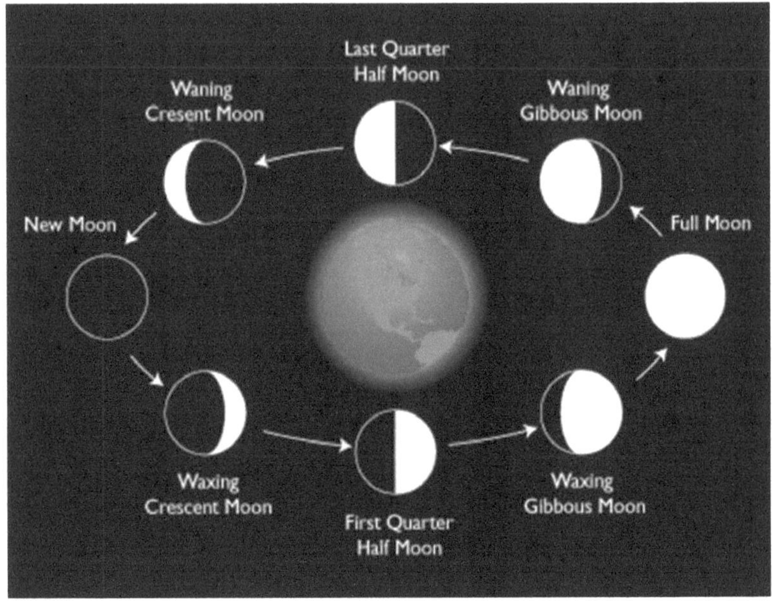

ചന്ദ്രന്റെ വൃദ്ധിക്ഷയങ്ങൾ

പകുതിഭാഗം മുഴുവൻതന്നെ കാണാനാകും; പൗർണമിരാവ്. പൗർണ
മിയുടെ പിറ്റേന്ന് വീണ്ടും ചന്ദ്രൻ തിരിയുന്നതിനനുസരിച്ച് കുറച്ചുഭാഗം
നമുക്ക് കാണാനാവില്ല. തുടർന്ന് ഓരോ ദിവസവും ചന്ദ്രന്റെ നമുക്കു
കാണാനാകുന്ന ഭാഗത്തിന്റെ വിസ്തീർണം കുറഞ്ഞു കുറഞ്ഞു വരു
ന്നു. പൗർണമിയെ തുടർന്ന് അമാവാസിയാകാനെടുക്കുന്ന 15 ദിവസത്തെ
കറുത്തപക്ഷം എന്നു പറയുന്നു. (ഭാരതീയർ ദിവസങ്ങളെ തിഥികളായി
തിരിച്ചിരുന്നത് വളരെ അർഥവത്തായിട്ടായിരുന്നു. പൗർണമിയുടെ
പിറ്റേന്ന് കറുത്തപക്ഷത്തിലെ പ്രഥമ തുടർന്ന് ദ്വിതീയ എന്നു തുടങ്ങി
പതിനാലാം ദിവസം ചതുർദശിയുടെ പിറ്റേന്നു കറുത്തവാവ്. കറുത്ത
വാവു കഴിഞ്ഞാൽ പിറ്റേന്ന് വെളുത്തപക്ഷത്തിലെ പ്രഥമ).

അറബികൾ മാസം കണക്കാക്കിയിരുന്നത് ചന്ദ്രന്റെ ചലനത്തെ
ആധാരമാക്കിയാണ്. അതുകൊണ്ട് ഹിജറ കലണ്ടറിൽ ഒന്നിടവിട്ട്
മാസങ്ങൾക്കു 30 ദിവസമാണ്, ഒന്നിടവിട്ട മാസങ്ങൾക്ക് 29 ഉം. അതു
സൗരകലണ്ടറുകളുമായി അതിന് ഒരു വർഷത്തിൽ പതിനൊന്നേകാൽ
ദിവസത്തിന്റെ വ്യത്യാസമുണ്ട്. ഇതുമൂലം ഋതുക്കളും മാസങ്ങളുമായി
അതിനു പരസ്പര ബന്ധമില്ല. (സൂര്യനെ ഭൂമി ഒരുവട്ടം വലംവയ്ക്കുന്ന
കാലയളവ് ഒരുവർഷം എന്ന തോതിലാണെങ്കിലേ വർഷകാലമായാലും
മഞ്ഞുകാലമായാലും മാസവുമായി ബന്ധപ്പെട്ടുവരികയയുള്ളൂ) കൃഷി ഒരു
പ്രധാന ജീവിതോപാധിയല്ലാത്തതുകൊണ്ടാകാം അറബികൾക്ക് ഇതു

മൂലം അസൗകര്യങ്ങളുണ്ടാകാതിരുന്നത്. ഭാരതീയരും ശതാബ്ദി കൊണ്ടാടുന്നത് അറബികളെപോലെ ചാന്ദ്രമാസം കണക്കിലെടുത്താ ണ്. ജീവിതത്തിൽ ഒരാൾ ആയിരം പൗർണമികൾ കടന്നുപോയി എന്ന കണക്കിലാണ് ശതാബ്ദിവരുന്നത്. അപ്പോൾ അയാൾക്ക് 84 വയസാ യിരിക്കും. ഭാരതീയർ സൂര്യന്റെ ചലനസമയത്തെയും ചന്ദ്രന്റെ ചലന സമയത്തെയും അതത് ആവശ്യങ്ങൾക്കായി ഔചിത്യപൂർവം തെരഞ്ഞെ ടുത്തിരുന്നു.

10
വേലിയേറ്റവും വേലിയിറക്കവും

വേലിയേറ്റം വേലിയിറക്കം എന്നിവയെക്കുറിച്ച് തീരദേശവാസി കളോട് പ്രത്യേകിച്ചുപറയേണ്ടതായിട്ടില്ല. സമുദ്രനിരപ്പ് ദിവസത്തിൽ രണ്ടുപ്രാവശ്യം ഉയരുകയും താഴുകയും ചെയ്യും. സമുദ്രവുമായി ബന്ധ പ്പെട്ടു ജീവിക്കുന്നവരുടെ ജീവിതതാളവും ഇതിനനുസരിച്ചാണ് ക്രമപ്പെ ടുന്നത്.

ചന്ദ്രന്റെ ഉദയവുമായി ബന്ധപ്പെട്ടുകൊണ്ടാണ് വേലിയേറ്റങ്ങൾ ഉണ്ടാകുന്നതെന്ന് പൗരാണിക ജനസമൂഹങ്ങൾക്കുപോലും അറിവുള്ള തായിരുന്നു. എന്നാൽ ചന്ദ്രന്റെ ഗുരുത്വാകർഷണബലം മൂലമുള്ള വലി വാണ് വേലിയേറ്റത്തിന് കാരണമെന്നത് പിന്നീടുള്ള അറിവാണ്. സൂര്യന്റെ ഗുരുത്വാകർഷണബലവും വേലിയേറ്റങ്ങളെ സ്വാധീനിക്കുന്നു ണ്ടെങ്കിലും അകലംമൂലം അതിന്റെ പ്രഭാവം ചന്ദ്രന്റേതിനെ അപേക്ഷിച്ച് വളരെ കുറവാണ്.

ചന്ദ്രൻ നിൽക്കുന്ന വശത്തേക്ക് ജലത്തിനു വലിവുള്ളതുപോലെ എതിർഭാഗത്തേക്കും ഒരു വലിവുണ്ടാകുന്നുണ്ട്. ഇതുമൂലം ഭൂമിയുടെ എതിർദിശകളിൽ ജലം വീർത്തുപെരുകും. അതുകൊണ്ടാണ് ദിവസ ത്തിൽ രണ്ടു വേലിയേറ്റങ്ങളുണ്ടാകുന്നത്.

സൂര്യനും ചന്ദ്രനും ഭൂമിയുടെ ഒരുവശത്തുതന്നെ വരുന്ന സന്ദർഭ ങ്ങളിൽ വേലിയേറ്റത്തിന് ശക്തി കൂടുതലായിരിക്കും. കറുത്തവാവുക ളിലായിരിക്കും ഇതു സംഭവിക്കുക. സൂര്യനും ചന്ദ്രനും ഭൂമിയുടെ ഇരു വശങ്ങളിലായി സ്ഥിതിചെയ്യുന്ന വെളുത്ത വാവുദിവസങ്ങളിലും വേലി യേറ്റം പതിവിലേറെ ശക്തമായിരിക്കും.

ഭൂമി സൂര്യന്റെ പെരിഹിലിയനിലും ചന്ദ്രൻ ഭൂമിയുടെ പെരിജി യിലും സ്ഥിതിചെയ്യുമ്പോഴുണ്ടാകുന്ന കറുത്തവാവു ദിവസം വേലിയേറ്റം ഏറ്റവും ശക്തമായിരിക്കും.

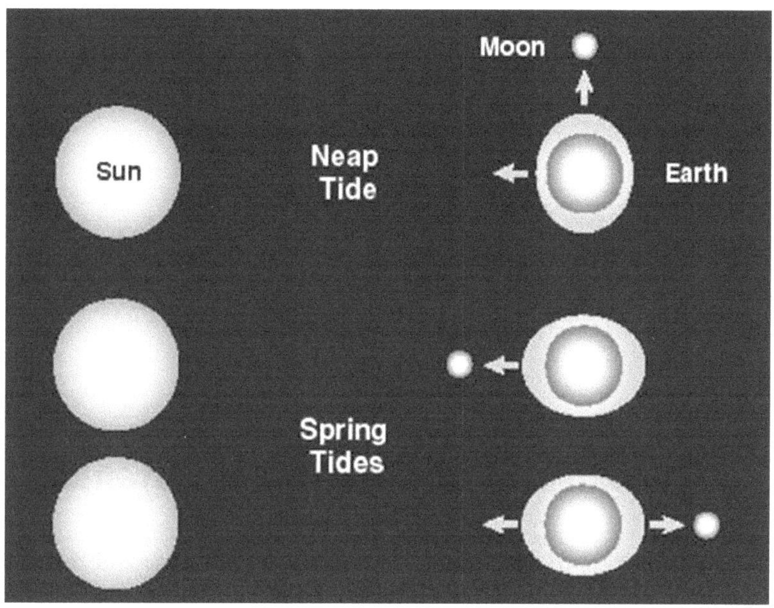

ഉച്ചതമ വേലിയേറ്റവും നീചതമ വേലിയേറ്റവും

ഐസക് ന്യൂട്ടന്റെ വിഖ്യാതമായ *പ്രിൻസിപ്പിയ* എന്ന കൃതിയി
ലാണ് അദ്ദേഹത്തിന്റെ വിലപ്പെട്ട സിദ്ധാന്തങ്ങൾ രേഖപ്പെടുത്തിയിരി
ക്കുന്നത്. ഇതിലുൾപ്പെടുന്ന ഒരു പ്രധാന വിഷയമാണ് വേലിയേറ്റ/വേലി
യിറക്കങ്ങൾക്കുള്ള വിശദീകരണം. കറുത്തവാവുദിവസങ്ങളിലെ വേലി
യേറ്റത്തെ ഉച്ചതമ വേലിയേറ്റം (spring tide) എന്നും സപ്തമി അഷ്ടമി
ദിവസങ്ങളിലെ ശക്തികുറഞ്ഞ വേലിയേറ്റത്തെ നീചതമ വേലിയേറ്റം
(neap tide) എന്നും നാമകരണം ചെയ്തിട്ടുണ്ട്. ഉച്ചതമ-നീചതമവേലി
യേറ്റങ്ങളിൽ സമുദ്രനിരപ്പിലുണ്ടാകുന്ന വ്യത്യാസം താരതമ്യപ്പെടുത്തി
ന്യൂട്ടൻ ചന്ദ്രന്റെ ദ്രവ്യമാനവും (mass) നിർണയിച്ചിട്ടുണ്ട്.

11

ചന്ദ്രനിലേക്ക് അന്വേഷണദൗത്യങ്ങൾ

ഭൂമിയിലിരുന്ന് നിരീക്ഷിച്ച് ചന്ദ്രനിലെ വിവരശേഖരണം നടത്തു ന്നതുകൊണ്ടുമാത്രം തൃപ്തമാകുന്നതല്ല ശാസ്ത്രസമൂഹത്തിന്റെ അന്വേ ഷണത്വര.

1957 ൽ സോവിയറ്റ് യൂണിയൻ ആദ്യത്തെ ഉപഗ്രഹമായ 'സ്പുട്നിക്' വിക്ഷേപിക്കുന്നതിനോടൊപ്പംതന്നെ ചന്ദ്രനിലേക്ക് ബഹി രാകാശോപകരണങ്ങൾ അയക്കുന്നതി നെക്കുറിച്ചുള്ള ആലോചനകളുണ്ടായിരു ന്നു. 1959 ൽ 'ലൂണ 2' എന്ന അന്വേഷ ണോപകരണം സോവിയറ്റ് യൂണിയൻ ചന്ദ്രനിൽ ഇടിച്ചിറക്കി. അതേ വർഷാവ സാനം ചന്ദ്രനെ വലംവയ്ക്കുന്ന 'ലൂണ 3' എന്ന ഉപഗ്രഹത്തിലൂടെയാണ് ആദ്യ മായി ചന്ദ്രന്റെ മറുവശം മനുഷ്യൻ കാണുകയുണ്ടായത്. തുടർന്നുണ്ടായ വിക്ഷേപണങ്ങൾ ചന്ദ്രന്റെ വിവിധ ഭാഗ ങ്ങളുടെ കൂടുതൽ വ്യക്തമായ ചിത്രങ്ങൾ തുരുതുരെ പകർത്തിയെടുത്തു. അമേരി ക്കൻ ഐക്യനാടുകളുടെ നാസയും മത്സ രബുദ്ധിയോടെ രംഗത്തുവന്നു. 1964 ൽ അവരുടെ റേഞ്ചർ 7' എന്ന അന്വേഷണോ പകരണം ചന്ദ്രനിൽ വീണു തകരുന്നതി നുമുമ്പ് 4316 ഫ്രെയിമുകളുള്ള ചലച്ചിത്രം തന്നെപകർത്തി. ഇതോടനുബന്ധിച്ചു

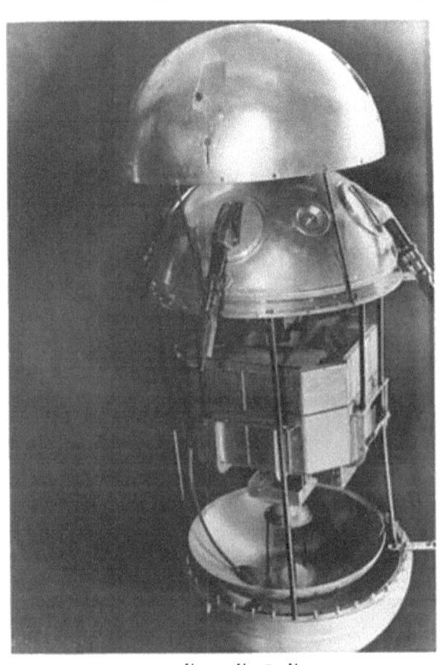

സ്ഫുട്നിക്

തന്നെ മനുഷ്യനെ ചന്ദ്രനിൽ സുരക്ഷിതമായി ഇറക്കാൻ പറ്റിയ സൗക
ര്യങ്ങളുള്ള സ്ഥലത്തിനുവേണ്ടി അന്വേഷണങ്ങളുമുണ്ടായി. നാസയുടെ
'അസ്ട്രനോട്ടുകളും' സോവിയറ്റ് യൂണിയന്റെ 'കോസ്മോനോട്ടുകളും'
പലവട്ടം ബഹിരാകാശയാത്രകൾ വിജയകരമായി നിർവഹിച്ചുകഴിയു
കയും ചെയ്തു. 1966 ജനുവരിയിൽ സോവിയറ്റ് യൂണിയന്റെ ലൂണാർ
ഓർബിറ്റർ 1 ചന്ദ്രന്റെ ഉപരിതലത്തിലെ 'പ്രൊസല്ലാറം സമുദ്രം' എന്ന
ഭാഗത്ത് സൗമ്യമായി ഇറങ്ങി മൂന്നുദിവസം ചിത്രങ്ങളെടുത്തു. 1968 ൽ
നാസയിലെ 'അസ്ട്രനോട്ടു'കൾ അപ്പോളോ 8 എന്ന പേടകത്തിൽ
ചന്ദ്രനെ ചുറ്റിസഞ്ചരിച്ചു. 1969 ജൂലൈ 21 ന് ലോകചരിത്രത്തിൽ മായാത്ത
കാൽപ്പാടുകൾ പതിപ്പിച്ച് നീൽആംസ്ട്രോങ് ചന്ദ്രനിൽ കാലുകുത്തി.
അപ്പോളോ 11 എന്ന ദൗത്യമായിരുന്നു അത്. ചന്ദ്രനിൽ നിന്ന് മണ്ണും
പാറയും മറ്റും പരിശോധനയ്ക്ക് അന്ന് ശേഖരിച്ചു കൊണ്ടുവന്നു.
തുടർന്ന് വിജയകരമായി നാലു പ്രാവശ്യംകൂടി ചന്ദ്രനിലേക്ക് മനുഷ്യ
യാത്രകളുണ്ടായി. ആകെ 12 പേർ ചന്ദ്രനിലിറങ്ങി പരീക്ഷണങ്ങൾ നട
ത്തുകയും അവരിൽ ചിലർ പ്രത്യേകം സംവിധാനംചെയ്ത വാഹനങ്ങ
ളിൽ ചന്ദ്രോപരിതലത്തിൽ സഞ്ചരിക്കുകയും ചെയ്തു. അപ്പോളോ 13ന്
യന്ത്രത്തകരാറുമൂലം ചന്ദ്രനിലിറങ്ങാൻ കഴിഞ്ഞില്ല. അതിലെ യാത്രി
കർ ദൗത്യം പൂർത്തീകരിക്കാനാകാതെ മടക്കയാത്ര സാഹസികമായാണ്
നിർവഹിച്ചത്. അവസാന ചന്ദ്രയാത്ര 1972 ഡിസംബറിൽ അപ്പോളോ 17
ലായിരുന്നു.

സോവിയറ്റ് യൂണിയൻ മനുഷ്യനെ ചന്ദ്രനിൽ ഇറക്കിയിട്ടില്ല.
എന്നാൽ, 1970 ൽ ലൂണ 16 ദൗത്യം ചന്ദ്രനിൽനിന്ന് മണ്ണിന്റെ സാമ്പിളു
കൾ ശേഖരിച്ചുകൊണ്ടുവന്നു. തുടർന്ന് ലൂണ 17 ൽ ലൂണാഖോഡ് എന്ന
ആളില്ലാവാഹനം ചന്ദ്രോപരിതലത്തിൽ ഇറങ്ങി 10 കിലോമീറ്റർ സഞ്ച
രിക്കുകയുണ്ടായി.

ചന്ദ്രനിൽനിന്ന് അപ്പോളോയാത്രികർ കൊണ്ടുവന്ന സാമ്പിളുകൾ
ഐ എസ് ആർ ഒയുടെ ആഭിമുഖ്യത്തിൽ ഇന്ത്യയിൽ പ്രധാന നഗര
കേന്ദ്രങ്ങളിൽ പ്രദർശിപ്പിച്ചു. തിരുവനന്തപുരത്ത് തുമ്പയിൽ അത്തര
മൊരു പ്രദർശനം നടക്കുമ്പോൾ അതുകാണാൻ അഭൂതപൂർവമായ ജന
ത്തിരക്കാണുണ്ടായത്.

മനുഷ്യന്റെ കാലടിപ്പാടുകൾ ചന്ദ്രനിൽ അവസാനമായി പതിഞ്ഞത്
1972 ലാണ്. ടെലസ്കോപ്പുകളിലൂടെ നിരീക്ഷിച്ച് അനവധി കാര്യങ്ങൾ
അറിയാമായിരുന്നുവെങ്കിലും ജലമോ വായുവോ ഇല്ലാതെ, പൊടിയും
കല്ലും കട്ടയും നിറഞ്ഞ് തരിശായിക്കിടക്കുന്ന ശ്മശാനസമാനമായ ചന്ദ്ര
നിൽ മനുഷ്യസാന്നിധ്യമുണ്ടായി എന്നത് ആവേശകരമായ സംഗതിയാ
ണ്. ഇന്ന് വീണ്ടും ചന്ദ്രനെ കേന്ദ്രമാക്കി പല പദ്ധതികളും രൂപംകൊ
ള്ളുന്നുണ്ട്. അതിൽ പ്രധാനം അവിടെ ഒരു താവളമുണ്ടാക്കുകയെന്ന
താണ്. ചന്ദ്രന്റെ ധ്രുവപ്രദേശങ്ങളിൽ ഘനീഭവിച്ച ജലപാളികളുണ്ടാ
യേക്കാമെന്ന് ചില വിശകലനങ്ങൾ അറിവുതരുന്നു. ചന്ദ്രോപരിതല

ത്തിലെ റിഗോലിത്ത് എന്നുവിളിക്കുന്ന പൊടിമണ്ണിൽ ഹീലിയം-3 (He3) എന്ന മൂലകം അടങ്ങിയിരിക്കുന്നു എന്ന മറ്റൊരു അറിവുമുണ്ട്. ഊർജ ഉൽപ്പാദനത്തിന് അനന്തസാധ്യതകളുള്ള ഒന്നാണ് ഇത്. ഇതും ചന്ദ്രനെ ശ്രദ്ധാകേന്ദ്രമാക്കുന്നു. ബഹിരാകാശയാത്രകൾക്ക് അത് ഒരു ഇടത്താ വളമായി മാറ്റുകയെന്നതാണ് മറ്റൊരു കാര്യം. ചന്ദ്രന്റെ ഉപരിതലത്തി ലുണ്ടാകുന്ന താപവ്യതിയാനങ്ങളെ ചെറുക്കാൻ ഒരുപക്ഷേ, ഉപരിതല ത്തിനു താഴെ കിടങ്ങുകളോ ഗുഹകളോ ഉണ്ടാക്കേണ്ടിവന്നേക്കും. വള രെയധികം ചെലവു വേണ്ടിവരുന്ന ഈ പദ്ധതികൾക്ക് ഇന്ത്യയടക്കം അനവധി രാജ്യങ്ങൾ സാമ്പത്തികകൂട്ടായ്മ ഉണ്ടാക്കിയിട്ടുണ്ട്. ഭാവിയിൽ വിഘടിത രാജ്യങ്ങളെ കൂട്ടിയിണക്കുവാൻ ചന്ദ്രൻ ഒരു നിമിത്തമായി ത്തീർന്നേക്കാം. സമാധാനവാഹകനായി അതു മാറിയേക്കാം. ചന്ദ്രന്റെ പേരിൽ അടിപിടിയുണ്ടാക്കേണ്ട കാര്യമില്ല.

12

ഓർബിറ്ററും സർവേയറും

മനുഷ്യൻ ചന്ദ്രനിൽ ഇറങ്ങുകയും അവിടെ സഞ്ചരിക്കുകയും സാമ്പിളുകൾ ശേഖരിക്കുകയും ചെയ്തശേഷമാണ് വിലപ്പെട്ട പല വിവരങ്ങളും നമുക്ക് ഉണ്ടാക്കാൻ കഴിഞ്ഞത്. ചന്ദ്രനിൽ ഇറങ്ങുന്നവർ അതിന്റെ ഉപരിതലത്തിലെ പൊടിമണ്ണിൽ പൂണ്ടുപോകുമെന്ന് ചില ശാസ്ത്രജ്ഞർപോലും ധരിച്ചിരുന്നു. ചന്ദ്രന്റെ ഉപരിതലത്തിൽ കാണുന്ന വലിയ വലിയ ഗർത്തങ്ങൾക്കും ചെറിയ ചെറിയ ഗർത്തങ്ങൾക്കും ഒരേ ആകൃതിയും ഘടനയുമാണുള്ളതെന്നത് അത്ഭുതപ്പെടുത്തുന്ന ഒരു

ലൂണാർ ഓർബിറ്റർ

ലൂണാർ സർവേയർ

സംഗതിയാണ്. വളരെ നിരപ്പെന്നു തോന്നുന്ന സമതലങ്ങളിൽപ്പോലും ഒരുമീറ്റർ വ്യാസമുള്ള ചെറിയ ഗർത്തങ്ങളുണ്ട്.

അപ്പോളോ പദ്ധതിക്കുമുമ്പ് നാസയ്ക്ക് പ്രശസ്തി നൽകിയവ യാണ് 'ലൂണാർ ഓർബിറ്റർ', 'സർവേയർ' എന്നിവ. ഇതുരണ്ടും ഏതാണ്ട് ഒരേസമയത്താണ് നടപ്പാക്കിയത്. അഞ്ച് ലൂണാർ ഓർബിറ്ററുകളാണ് ചന്ദ്രന്റെ ഉപരിതലത്തെ ഉടനീളം നിരീക്ഷിച്ച് ചിത്രങ്ങളെടുത്തത്. അതിൽ മൂന്നെണ്ണം മധ്യരേഖയ്ക്കു സമാന്തരമായും രണ്ടെണ്ണം ധ്രുവ ങ്ങളെ ചുറ്റിയും സഞ്ചരിച്ചാണ് പടമെടുത്തത്. 70 mm ചലച്ചിത്രങ്ങളും ഇതിൽ പെടും. ക്യാമറകളുടെ ആയുസ്സ് തീരുന്നതിനനുസരിച്ച് ഈ ഉപ ഗ്രഹങ്ങളെ ചന്ദ്രനിലേക്ക് പതിപ്പിച്ചു നശിപ്പിച്ചു. അല്ലെങ്കിൽ അത് ഭാവി യിലെ ദൗത്യങ്ങൾക്ക് ഭീഷണിയായേക്കാനും മതിയാകുമായിരുന്നു.

അപ്പോളോ ദൗത്യങ്ങളുടെ മുന്നൊരുക്കക്കാരായിരുന്ന സർവേയറും അഞ്ചെണ്ണം വിജയകരമായി ലക്ഷ്യംകണ്ടു. റോക്കറ്റുകൾ തിരിച്ചു കത്തിച്ച് അവയെല്ലാം ചന്ദ്രോപരിതലത്തിൽ സാവധാനം ഇറക്കത്തക്ക വിധം വേഗംകുറച്ചും, പിന്നീടൊരു ഘട്ടത്തിൽ ഈ റോക്കറ്റുകളെ വേർപെ ടുത്തിയും ഉയർന്ന മർദത്തിലുള്ള വാതക സിലിണ്ടറുകളിൽനിന്ന്

വാതകം പുറത്തേക്കു തള്ളിവിടുകയും, അതിലൂടെ സർവേയറുടെ വേഗം വീണ്ടും കുറയ്ക്കുകയും ചെയ്തു. ചന്ദ്രോപരിതലത്തിൽനിന്ന് നാലു മീറ്റർ ഉയരത്തിൽവച്ച് വാൽവ് അടച്ച് അതും നിർത്തി. തുടർന്ന് അത് ചന്ദ്രോപരിതലത്തിലേക്കു വീണു. വീഴ്ചമൂലമുണ്ടായേക്കാവുന്ന ആഘാതത്തിന്റെ തോതു പഠിക്കുക എന്നതായിരുന്നു ഇതിന്റെ ഉദ്ദേശ്യം. മണ്ണു സാമ്പിളുകൾ കോരിയെടുത്ത് അവിടെവച്ചുതന്നെ പരിശോധിച്ച് ഫലം നൽകാനുള്ള സംവിധാനവും അതിലുണ്ടായിരുന്നു. തുടർന്ന് റോക്കറ്റു പയോഗിച്ച് അതിനെ അവിടെനിന്ന് മുകളിലേക്ക് വിക്ഷേപിക്കുകയും തിരിച്ച് ചന്ദ്രോപരിതലത്തിൽത്തന്നെ വീണ്ടും ഇറങ്ങാൻ അനുവദിക്കുകയുംചെയ്തു. ഈ പഠനവ്യായാമങ്ങളാണ് ചന്ദ്രനിൽ മനുഷ്യനെ ഇറക്കി തിരിച്ചുകൊണ്ടുവരുവാൻ പ്രാപ്തമാക്കിയത്.

13
എന്തുകൊണ്ട് ചന്ദ്രനിലേക്ക്?

എന്തുകൊണ്ട് ചന്ദ്രൻ ഇന്നും മനുഷ്യനു 'പിടികിട്ടാപ്പുള്ളി' യായി നിലകൊള്ളുന്നു? ചന്ദ്രനെ സംബന്ധിച്ച് ശാസ്ത്രം ഇതുവരെ നടത്തിയ പഠനങ്ങളിൽനിന്നു മനസിലായ കാര്യം ഇനിയും പലതും മനസിലാ ക്കാനുണ്ട് എന്നതാണ്. ഒന്നാമത്, അതിന്റെ ഉൽപ്പത്തിയെക്കുറിച്ചുതന്നെ യാണ്. ഇതിനകം ലഭിച്ച തെളിവുകൾവച്ച്, മുമ്പുണ്ടായിരുന്ന പല പരി കൽപ്പനകളെയും ശാസ്ത്രജ്ഞർ തള്ളിക്കളഞ്ഞിട്ടുണ്ട്. അത് ആദിമ പ്രപഞ്ചവസ്തുക്കൾ ഉറഞ്ഞുകൂടിയതല്ല. അത് ദ്രാവകാവസ്ഥയിലുണ്ടാ യിരുന്ന ഭൂമിയിൽനിന്ന് തിരിയൽവേഗംമൂലം തെറിച്ചുപോയതല്ല,അടു ത്തുകൂടി കടന്നുപോകുകയായിരുന്ന ഒരു ഗോളത്തെ ഭൂമി ഗുരുത്വാകർഷ ണത്തിലൂടെ പിടിച്ചെടുത്തതല്ല; എന്നാൽ മറ്റൊരു ആകാശഗോളവുമായി അപൂർവമായി മാത്രം സംഭവിക്കാവുന്ന ഒരു കൂട്ടിയിടിയുടെ ഫലമാകാ നാണ് സാധ്യതകളേറെയും. ചന്ദ്രന്റെ അകക്കാമ്പിലെ പദാർഥങ്ങളുടെ ഘടനയെക്കുറിച്ചുള്ള അറിവുകൾകൂടി ഉണ്ടെങ്കിലേ 'പ്രതിയെ പിടികൂ ടാൻ' കഴിയൂ; ഇടിച്ചവനാര്, എവിടെനിന്നു വന്നു, അവന്റെ ഘടകവ സ്തുക്കളെന്ത് എന്നും മറ്റും. അതിനു തെളിവുകൾ ഇതു പോരാ. ഓരോ രോ അടരുകളിലടങ്ങിയിട്ടുള്ള വസ്തുക്കളുടെ, പ്രധാനമായും അലുമി നിയം, കാത്സ്യം, ഇരുമ്പ് തുടങ്ങിയ ലോഹങ്ങളുടെ അനുപാതം അള ന്നുകൊണ്ട് ഇത് ഏറെക്കുറെ സാധിച്ചെടുക്കാം. അത്തരമൊരു പരിശോ ധന ചന്ദ്രന്റെ ഉപരിതല/അധോതല സ്കാനിങ്ങിലൂടെ സാധ്യമായേക്കും.

ചന്ദ്രൻ ഒരു ശ്രദ്ധാകേന്ദ്രമാകുന്നതിന് മറ്റൊരു കാരണംകൂടിയുണ്ട്; ഭാവിയിലെ ഗോളാന്തരയാത്രകൾക്ക് ചന്ദ്രനെ അടിസ്ഥാനതാവളമാക്കുക എന്നത്. അതുകൂടാതെ ആകാശനിരീക്ഷണത്തിന് സ്പേസ് ടെലസ്കോ പ്പുകൾ സ്ഥാപിക്കാൻ കൃത്രിമോപഗ്രഹങ്ങളേക്കാൾ ചന്ദ്രൻ സൗകര്യ

നാസയുടെ സ്പേസ്ഷട്ടിൽ

പ്രദമായിരിക്കും എന്ന അഭിപ്രായവുമുണ്ട്. സാങ്കേതികവിദ്യയുടെ 30 വർഷത്തെ വളർച്ച ചന്ദ്രനിലേക്കുള്ള യാത്ര സാമ്പത്തികമായി ലഘൂക രിക്കപ്പെടുന്ന ഇന്നത്തെ പരിതഃസ്ഥിതിയിൽ അമേരിക്ക, റഷ്യ തുടങ്ങിയ മുൻഗാമികൾക്കു പിറകേ യൂറോപ്യൻ സ്പേസ് ഏജൻസി, ചൈന, ഇന്ത്യ, ജപ്പാൻ തുടങ്ങിയവരും ഉണർന്നുകഴിഞ്ഞു.

ബഹിരാകാശത്ത് 2015 ലെങ്കിലും മനുഷ്യനെ അയക്കുക എന്ന ലക്ഷ്യത്തിലേക്കുള്ള ആദ്യ ചുവടാണ് ഇന്ത്യയുടെ ചാന്ദ്രയാൻ പദ്ധതി. 2020 ഓടെ ഒരു ചൈനക്കാരനെ ചന്ദ്രന്റെ ഉപരിതലത്തിൽ ഇറക്കി നട ത്താനുള്ള പദ്ധതിയുമായി ചൈന മുന്നോട്ടുപോകുകയാണ്. ബഹിരാ കാശത്ത് മനുഷ്യനെ അയച്ച് വിജയകരമായി തിരിച്ചിറക്കിയതിലൂടെ അവ രുടെ ആത്മവിശ്വാസം വർധിച്ചിട്ടുമുണ്ട്. ഇതുവരെ ഒരു മനുഷ്യനെ പ്പോലും ബഹിരാകാശത്തേക്കയച്ചിട്ടില്ലാത്ത ജപ്പാനും ഇരുപതുകളിൽ മനുഷ്യനെ ചന്ദ്രനിലിറക്കാനും മുപ്പതോടെ താവളമുണ്ടാക്കാനും പദ്ധ തിയുണ്ടാക്കിയിട്ടുണ്ട്. ബഹിരാകാശപ്പന്തയത്തിൽ ഉൾപ്പെട്ടിട്ടില്ലാത്ത പല രാജ്യങ്ങളും ജപ്പാനെ സാമ്പത്തികമായും സാങ്കേതികമായും കഴിവിന നുസരിച്ച് സഹായിക്കാമെന്നേറ്റിട്ടുണ്ട്.

ചന്ദ്രനിൽ ഉണ്ടാക്കാനുദ്ദേശിക്കുന്ന താവളങ്ങളിൽ നടക്കുന്ന ഗവേ ഷണപ്രവർത്തനങ്ങളിൽ ആകാശനിരീക്ഷണത്തിന് ആധുനിക ടെല സ്കോപ്പുകൾ സ്ഥാപിക്കുന്നതിനും, ഉപരിതലഗവേഷണത്തിനും പുറമെ

നാസയുടെ ചാന്ദ്രദൗത്യം

തുടർച്ചയായ അന്യഗ്രഹവാസം മനുഷ്യനിൽ എന്തു പരിവർത്തനമാ
ണുണ്ടാക്കുക എന്ന പഠനവും നടക്കും.

വിക്ഷേപണസൗകര്യങ്ങളിലും സാങ്കേതികപരിജ്ഞാനത്തിലും
അനുഭവസമ്പത്തിലും മികച്ചുനിൽക്കുന്ന നാസ (അമേരിക്ക) തന്നെ
യാണ് ഈ പന്തയത്തിൽ ഏറെ മുന്നിൽ. ചാന്ദ്രദൗത്യമുൾപ്പെടെ ഇനി
യങ്ങോട്ടുള്ള എല്ലാ പ്രധാന ദൗത്യങ്ങളും ഏറ്റെടുക്കാൻ കെൽപ്പുള്ള
'ഓറിയോൺ' എന്ന വിവിധോദ്ദേശ്യവാഹനമാണ് നാസയുടെ പണിപ്പു
രയിൽ രൂപംകൊള്ളുന്നത്. സ്പേസ് ഷട്ടിലുകൾ തുടർച്ചയായി പ്രശ്ന
ങ്ങളിലേക്ക് വഴുതി വീണത് ഇത്തരമൊരു തീരുമാനമെടുക്കാൻ
അവർക്കു പ്രേരണയായി. നാലു യാത്രികരെ ചന്ദ്രനിലിറക്കി തിരിച്ചു
കൊണ്ടുവരികയായിരിക്കും ഓറിയോണിന്റെ ആദ്യദൗത്യം. ഭൂമിയെ വലം
വച്ചുകൊണ്ടിരിക്കുന്ന സ്പേസ് സ്റ്റേഷനുകളിലേക്ക് സാധനസാമഗ്രികളും
യാത്രികരെയും എത്തിക്കുന്നതിനും ഈ വാഹനം ഉപയോഗിക്കും.

ഇതുകൂടാതെ സമീപഭാവിയിൽ ചൊവ്വയിൽ മനുഷ്യനെ ഇറക്കി
തിരികെ കൊണ്ടുവരാനും ഈ വാഹനം പ്രയോജനപ്പെടത്തക്കവണ്ണ
മാണ് അതിന്റെ രൂപകൽപ്പന. ലോക്ഹീഡ്, നോർത്ത്റോപ്, ബോയിങ്
തുടങ്ങിയ വമ്പൻ കമ്പനികൾക്ക് ഇതിന്റെ നിർമാണച്ചുമതല വീതിച്ചു
നൽകിയിരിക്കുന്നു.

പഴയ അപ്പോളോ വാഹനത്തോട് കാഴ്ചയിൽ സാമ്യമുണ്ടെങ്കിലും ഓറിയോൺ സാങ്കേതികമായി അതിസങ്കീർണവും, പ്രാപ്തിയേറിയതു മായിരിക്കും. ഇന്നുവരെ നാസ ആർജിച്ച അനുഭവസമ്പത്തിൽ നിന്ന് കടഞ്ഞെടുത്ത ഒന്നായിരിക്കും ഇത്. ഘടനാപരമായ കരുത്ത്, നിർമാണ വസ്തുക്കളുടെ മികവ്, ഇന്ധനത്തിന്റെ കാര്യക്ഷമത, നിയന്ത്രണസം വിധാനങ്ങളുടെ കൃത്യത എന്നിവയിൽ ഇതിന് സമാനതകളില്ല.

പ്രപഞ്ചത്തെ ആത്മീയപരിവേഷമില്ലാതെ നോക്കിക്കാണാൻ മനു ഷ്യരാശിയെ സഹായിക്കുന്ന ഒന്നാണ് ചാന്ദ്രപദ്ധതികൾ. അത്തരമൊരു വീക്ഷണത്തിനു സഹായകമായ രീതിയിലുള്ള ഒരു ദർശന സംസ്കാരം വാർത്തെടുക്കാൻ സാമൂഹ്യനായകർക്കും വിദ്യാഭ്യാസവിദഗ്ധർക്കും ചുമ തലയുണ്ട്. രാഹുകേതുക്കളിൽ വിശ്വസിച്ചു ജീവിക്കുന്ന ശാസ്ത്രബിരു ദധാരികളും ശാസ്ത്രജ്ഞപദവിധാരികളുമുള്ള ഒരു നാടാണ് നമ്മുടേത്. എന്തിന്, 'നാസ' യെ പോറ്റുന്ന അമേരിക്കപോലും, ബൈബിളിലെ ഉൽപ്പ ത്തിസിദ്ധാന്തത്തെ പ്രോത്സാഹിപ്പിക്കുന്ന ഒരു കാലമാണിത്.

14

ചന്ദ്രനിലേക്കൊരു കുതിപ്പ്
അപാരതയിലേക്കൊരു കാൽവയ്പ്

ഇന്ത്യൻ ബഹിരാകാശ സംഘടനയുടെ സ്വപ്നപദ്ധതിയായ ചന്ദ്ര യാൻ-1 പരിപൂർണവിജയത്തിലെത്തിയത് ഏതൊരു ഭാരതീയനെ സംബ ന്ധിച്ചിടത്തോളവും അഭിമാനമുണർത്തുന്നതാണ്. നിരവധി പ്രതിസന്ധി ഘട്ടങ്ങൾ സൂക്ഷ്മമായി തരണം ചെയ്തുകൊണ്ടാണ് അത് ചന്ദ്രന്റെ നൂറു കിലോമീറ്റർ അകലമുള്ള ഭ്രമണപഥത്തിൽ എത്തിച്ചേർന്നത്. ആദ്യം ഉപഗ്രഹം ഭൂമിയെ പ്രദക്ഷിണം ചെയ്തിരുന്ന ദീർഘവൃത്തങ്ങ ളുടെ ദൈർഘ്യം പടിപടിയായി വർധിപ്പിച്ചാണ് ചന്ദ്രന്റെ ഗുരുത്വാകർഷ ണപരിധിയിലെത്തിച്ചത്. തുടർന്ന് അതിനെ ചന്ദ്രനെ വലം വയ്ക്കുന്ന ഒരു ദീർഘവൃത്തപഥത്തിലേക്ക് ഗതി തിരിക്കുക എന്ന സങ്കീർണമായ ദശാസന്ധിയും വിജയപൂർവം തരണം ചെയ്തു. ഈ ദീർഘവൃത്തപഥ ത്തിന്റെ വലുപ്പം പടിപടിയായി കുറച്ചുകൊണ്ടു വരികയും അതിനെ ചന്ദ്രന്റെ നൂറുകിലോമീറ്റർ ഉയരത്തിൽ ധ്രുവങ്ങളെ ആധാരമാക്കി ഭ്രമണം ചെയ്യുന്ന വൃത്തസമാനമായ പഥത്തിലാക്കുകയും ചെയ്യുക എന്ന കടമ്പകളും കടന്ന് അത് ഫലപ്രാപ്തിയിലെത്തി. മൂൺ ഇംപാക്ട് പ്രോബ് (MIP) ചന്ദ്രോപരിതലത്തിലേക്ക് തൊടുത്തു വിടുക എന്ന അവ സാനത്തെ നടപടിക്രമവും നവംബർ 14ന് പിശകുകളേതുമില്ലാതെ പൂർത്തീകരിച്ചു.

എം ഐ പി യിൽ മൂന്ന് പ്രധാന ഉപകരണങ്ങളാണ് ഉള്ളത്. വീഡിയോ ക്യാമറ, അൾട്ടിമീറ്റർ (ഉയരത്തെക്കുറിച്ചുള്ള ധാരണ നൽകു ന്നത്) മാസ് പെക്ട്രോമീറ്റർ. ചാന്ദ്രയാനിൽ നിന്ന് വേർപെട്ട് ഏതാണ്ട് 25 മിനിറ്റിനകം അത് ചന്ദ്രോപരിതലത്തിൽ പതിച്ചു. ഈ സമയംകൊണ്ട് ക്യാമറ ചന്ദ്രന്റെ ഉപരിതലത്തിന്റെ ചിത്രങ്ങൾ പകർത്തിയതിൽ ചിലത് ഇതിനകം തന്നെ പ്രസിദ്ധീകരിക്കപ്പെട്ടിട്ടുണ്ട്. സ്പെക്ട്രോമീറ്റർ, ചന്ദ്രോ

പരിതലത്തിലും അതിനുമു
കളിലുമുള്ള പദാർഥങ്ങളേ
തൊക്കെ എന്ന് വിവേചിച്ച
റിഞ്ഞ് വിവരം നൽകിയിട്ടു
ണ്ട്. അത് വിശകലനം
ചെയ്യപ്പെടും.

ചന്ദ്രയാൻ ഉപഗ്രഹ
ത്തിന് രണ്ടുവർഷത്തെ
ആയുസ്സാണ് കണക്കുകൂ
ട്ടിയിരിക്കുന്നത്. വിജയകര
മായ ഈ വിക്ഷേപണത്തി
ലൂടെ ഇന്ത്യൻജനതയെ
യും ലോകസമൂഹത്തേ
യും നമുക്ക് ബോധ്യപ്പെടു
ത്തുവാൻ കഴിഞ്ഞ മികവു
കളിതാണ്.

1. വാഹനത്തിന്റെ
കാര്യക്ഷമത.

2. അഗാധ നഭസ്സിലേ
ക്കുള്ള സംവേദനശേഷി.

3. ഉപഗ്രഹദിശാ നിർ
ണയ-നിയന്ത്രണസംവിധാ
നത്തിന്റെ കൃത്യത.

4. സമയോചിതമായി
തീരുമാനങ്ങളെടുക്കുന്ന
തിലെ മികവ്.

പി എസ് എൽ വി
യുടെ പതിമൂന്നാമത്തെ
വിജയകരമായ വിക്ഷേപ

ഇന്ത്യയുടെ ചന്ദ്രദൗത്യം ചന്ദ്രയൻ- 1

ണമാണെന്നിരിക്കിലും കൂടുതൽ വാഹനശേഷി വേണ്ടിയിരുന്നതിനാൽ
ബൂസ്റ്ററുകളെ പൂർവാധികം ശക്തിപ്പെടുത്തി. 36 ടൺ ഇന്ധനം സാധാര
ണയിൽനിന്ന് അധികമായി ഉപയോഗിച്ചിട്ടുണ്ട്. ഇതുവരെ നമുക്ക് 36
000 കി മീ അകലമുള്ള വാർത്താവിനിമയ ഉപഗ്രഹങ്ങളിലേക്ക് സന്ദേ
ശങ്ങളയച്ചുള്ള പരിചയമേ ഉണ്ടായിരുന്നുള്ളു. ഇപ്പോൾ അഗാധശൂന്യ
തയിലേക്കുള്ള സംവേദനവും സ്വായത്തമാക്കുകയും, നിർവഹിക്കപ്പെ
ടുകയും ചെയ്തിരിക്കുന്നു. മറ്റാരുടെയും സഹായമില്ലാതെ തന്നെയാണ്
ഇതു കൈവരിക്കാൻ കഴിഞ്ഞത്.

ഉപഗ്രഹത്തെ നിയന്ത്രിച്ച് അതതു ഭ്രമണപഥങ്ങളിലേക്ക് ആനയി
ക്കുക മാത്രമല്ല; അതിന്റെ പരമകാഷ്ഠയിൽ ചന്ദ്രന്റെ ഭ്രമണപഥത്തി

ലേക്കു തിരിക്കുക എന്ന അത്യന്തം ശ്രമകരമായ ദൗത്യവും കൗശലപൂർവം കൈകാര്യം ചെയ്തു. ഈ യൊരു നിർണ്ണായകഘട്ടത്തിൽ സോവിയറ്റ് യൂണിയന്റെ ആദ്യസംരംഭമായ ലൂണ-1 പിടിവിട്ട് ലക്ഷ്യത്തിൽ നിന്ന കന്നു. ലൂണ-2 ആകട്ടെ ഭ്രമണം ചെയ്യാനാവശ്യമായ ഊക്കില്ലാത്തതിനാൽ ചന്ദ്ര നിൽ ഇടിച്ചിറങ്ങി. നാസ യുടെ ആദ്യപദ്ധതികളായി രുന്ന ഏബിൾ, പയനിയർ, റേഞ്ചർ പദ്ധതികൾക്കും തുടക്കത്തിൽ പരാജയങ്ങ ളേറ്റു വാങ്ങേണ്ടി വന്നു. ചന്ദ്രയാൻ-1 ലക്ഷ്യം വച്ച തിൽ 90 ശതമാനവും പൂർ ത്തീകരിച്ചതിനു ശേഷമാണ് അതിന് പതനം സംഭവിച്ച തെന്ന ഔദ്യോഗിക വിശദീ കരണം നമുക്ക് മുഖവില യ്ക്കെടുക്കാം.

ലൂണ -1

പ്രതികൂല കാലാവസ്ഥയുടെ പശ്ചാത്തലത്തിലുണ്ടായ വിക്ഷേ പണം മുതൽ ഓരോ ഘട്ടത്തിലും ചെയർമാൻ മാധവൻ നായരുടെ സാന്നിധ്യത്തിൽ സ്ഥിതിഗതികൾ വിലയിരുത്തിക്കൊണ്ടെടുത്ത തീരു മാനങ്ങളുടെ കൃത്യതയും നിർവഹണ വിജയത്തെ സഹായിച്ചു.

ഇനിയങ്ങോട്ടുള്ള ഗോളാന്തരദൗത്യങ്ങളും യാത്രകളും ഏതെങ്കിലും ഒരു രാജ്യത്തിന് ഒറ്റയ്ക്കു നിർവഹിക്കാവുന്നതല്ല. വിഭവം, സമയം, സാമ്പത്തികം തുടങ്ങിയ ഘടകങ്ങൾ കണക്കിലെടുത്ത് ഇതൊരു ബഹു രാഷ്ട്രസംരംഭമാകാനാണു സാധ്യത. ഇത്തരമൊന്നിൽ പങ്കാളികളാകുക എന്ന തന്ത്രപരമായ കാര്യവും സുപ്രധാനമാണ്. നമ്മുടെ പ്രാപ്തിയു ടെയും ത്രാണിയുടെയും അടിസ്ഥാനത്തിലായിരിക്കും പദവി നിർണയി ക്കപ്പെടുക.

ചാന്ദ്രദൗത്യങ്ങൾക്ക് മുൻപില്ലായിരുന്ന പ്രാധാന്യം ഇപ്പോൾ കൈവ രുവാനുള്ള ഒരു കാരണം അതിന്റെ ധ്രുവപ്രദേശങ്ങളിൽ ഘനീഭവിച്ച ജലമുണ്ടെന്ന അറിവാണ്. അമേരിക്കയുടെ ക്ലെമന്റൈൻ, ലൂണാർ പോ സ്പെക്ടർ എന്നീ ഉപഗ്രഹങ്ങളാണിതു കണ്ടെത്തിയത്. ചന്ദ്രനിൽ ഒരു

താവളമുണ്ടാക്കുമ്പോൾ അത്യാവശ്യത്തിനുപയോഗിക്കാൻ വെള്ളമുണ്ട് എന്നത് ആശാവഹമായ അറിവാണ്.

രണ്ടാമത്തെ കാരണം ചന്ദ്രോപരിതലത്തിൽ മൂടിക്കിടക്കുന്ന റിഗോ ലിത്ത് എന്ന പൊടിമണ്ണിൽ ആഗീരണം ചെയ്തു കിടക്കുന്ന ഹീലിയം-3 എന്ന സമസ്ഥാനീയമൂലക (Isotope)ത്തിന്റെ സാന്നിധ്യമാണ്. ഹൈഡ്ര ജന്റെ ഐസോടോപ്പായ ഡ്യൂട്ടീറിയവും ഹീലിയം-3യുമായി ഫ്യൂഷൻ പ്രക്രിയയിലൂടെ ഊർജവും വൈദ്യുതിയുമുണ്ടാക്കാം. അമിതമായ ഉപ ഭോഗം കൊണ്ട് പെട്രോൾ വറ്റിയാലും ആശ്രയിക്കാവുന്ന ഒന്നായിരിക്കു മത്രേ ഹീലിയം-3.

അമേരിക്ക കണ്ടുപിടിച്ചകാലത്ത് അവിടെ നിറയെ സ്വർണമുണ്ടെന്ന് അഭ്യൂഹം പരക്കുകയും യൂറോപ്യൻ രാജ്യങ്ങൾ കോളനികളുണ്ടാക്കു വാൻ പരക്കം പായുകയും ചെയതതിനോട് ഇത് താരതമ്യപ്പെടുത്താം. ഭാവിയിൽ മാനവരാശിയുടെ മൊത്തം അഭ്യുന്നതിക്കും ക്ഷേമത്തിനു മായി ബഹിരാകാശഗവേഷണത്തിന്റെ ലക്ഷ്യങ്ങൾ പുനർനിർണയം ചെയ്യേണ്ടതായി വരും. അതിനായി രാജ്യങ്ങൾ സഹകരിക്കുകയും അന്താരാഷ്ട്രനിയമങ്ങൾ ഭേദഗതി ചെയ്യുകയും പരിഷ്കരിക്കുകയും ചെയ്യേണ്ടതായും വരും.

15

ആകാശക്കാഴ്ച

ഭൂമിയിൽനിന്നുള്ള ആകാശക്കാഴ്ചകളെക്കുറിച്ച് നമുക്കറിയാം. നീലാ കാശം–അതിൽ സൂര്യചന്ദ്രന്മാരുടെയും നക്ഷത്രങ്ങളുടെയും ഉദയാസ്ത മനം. ചന്ദ്രന്റെ വൃദ്ധി-വൃദ്ധിക്ഷയങ്ങൾ, രാശിചക്രങ്ങളിലൂടെയുള്ള ഗ്രഹ ങ്ങളുടെ സഞ്ചാരം, ഗ്രഹണങ്ങൾ...എന്നാൽ ഭൂമിയെ അഭിമുഖീകരിക്കുന്ന ചന്ദ്രന്റെ ഭാഗത്ത് ഒരു ഗഗനചാരി താമസിക്കുമ്പോൾ എന്തായിരിക്കും കാണുകയും അനുഭവിക്കുകയും ചെയ്യുന്നത്? രസകരമായ ഒരു ചിന്ത യാണിത്. എറണാകുളത്ത് ശാസ്ത്രസാഹിത്യ പരിഷത്ത് അവതരിപ്പിച്ച 'ചാന്ദ്രമനുഷ്യൻ' പരിപാടിയിൽ പങ്കെടുത്തു സംസാരിക്കുമ്പോഴാണ് ഇങ്ങനെ ഒന്ന് എഴുതുവാനുള്ള ആശയമുണ്ടായത്.

കുണ്ടും കുന്നുമുള്ളതാണെങ്കിലും ചന്ദ്രോപരിതലം പരന്നിരിക്കു ന്നതായിട്ടായിരിക്കും അവിടെ നിൽക്കുന്നയാൾക്കു തോന്നുക. ഭൂമിയി ലെപ്പോലെത്തന്നെ അതൊരു ഗോളമായി തോന്നുകയില്ല. നടക്കുമ്പോൾ റിഗോലിത്ത് എന്ന പൊടിമണ്ണിൽ പാദരക്ഷയുടെ അടയാളം വ്യക്തമായി പതിഞ്ഞുകിടക്കും. 'ആബ്സന്റ് മൈൻഡഡ് പ്രൊഫസർ' എന്ന സിനി മയിലെ ബാസ്കറ്റ്ബാൾ കളിക്കാരനെപ്പോലെ ചാടിച്ചാടി നടക്കാം; കാ രണം ഗുരുത്വാകർഷണം വളരെ കുറവാണ്.

അകലെയകലെ ആകാശം നീലയല്ല, കറുപ്പാണ്. പതിനഞ്ച് ദിവസം നീണ്ട പകലുകളും അത്രന്നെ നീണ്ട രാത്രികളും. രാത്രിയിൽ ഘോര മായ തണുപ്പും പകൽ ഉഗ്രമായ ചൂടുമായിരിക്കും ഫലം. പകൽ സമ യത്തും നക്ഷത്രങ്ങളെ കാണാം. നക്ഷത്രങ്ങളും ഉദിച്ചസ്തമിക്കുവാൻ ഏകദേശം പതിനഞ്ചു ദിവസം വേണ്ടിവരും. ചന്ദ്രനിൽ ഒരു ദിവസം (അച്ചുതണ്ടിൽ ഒരു കറക്കം) പൂർത്തിയായി വരുമ്പോൾ അത് ഒരു മാസ ത്തിന്റെ അവസാനത്തോടടുക്കുകയയാവും. അടുത്ത രാശിയിലേക്കുള്ള

ചന്ദ്രോപരിതലത്തിലെ പാദരക്ഷയുടെ അടയാളം

മാസസംക്രമം കണക്കാക്കുന്നത് സൂര്യന്റെ സ്ഥാനപ്രകാരമാകയാൽ മാസക്കണക്ക് കൃത്യമായി പാലിക്കപ്പെടുകയില്ല. ചാന്ദ്രവർഷം സൗര വർഷത്തേക്കാൾ 11.25 ദിവസം കുറവാണല്ലോ. ചുരുക്കത്തിൽ ചന്ദ്രനിൽ ഒരു കലണ്ടറുണ്ടാക്കിയാൽ കലണ്ടറിൽ ദിവസവും മാസവും ഏതാണ്ടു തുല്യമായിരിക്കും.

ഭൂമിയിലെ കറുത്തവാവു ദിവസം ചന്ദ്രനിൽനിന്ന് ആകാശത്തേക്കു നോക്കിയാൽ പൂർണഭൂമിയെ കാണാം. നാം കാണുന്ന ചന്ദ്രന്റെ നാലി രട്ടി വലുപ്പത്തിൽ അത് അതിമനോഹരമായ ഒരു കാഴ്ചയാണ്. നീലപ്പ ളുങ്കുഗോളത്തിൽ കടലും കരയും തിരിച്ചറിയാം. ഇരുപത്തിനാലു മണി ക്കൂർ നിരീക്ഷിച്ചാൽ അത്രയും സമയംകൊണ്ട് എല്ലാ ഭൂഖണ്ഡങ്ങളും ഒരുവട്ടം തിരിഞ്ഞുപോകുന്നതുകാണാം; ക്ലാസ് മുറിയിലെ ഗ്ലോബ് സാവ ധാനം തിരിച്ചാലെന്നപോലെ. കറുത്തവാവു മുതൽ ചന്ദ്രൻ ഓരോ ദിവ സവും വൃദ്ധിപ്രാപിച്ച് പതിനഞ്ചാം ദിവസം വെളുത്തവാവും അവിടന്ന് വൃദ്ധിക്ഷയിച്ച് പതിനഞ്ചാം ദിവസം കറുത്തവാവുമാകുന്നതുപോലെ പൂർണഭൂമിയെ ചന്ദ്രനിൽ നിന്നു കണ്ടതിനുശേഷം ഓരോ ദിവസവും വൃദ്ധിക്ഷയം സംഭവിച്ച് ഭൂമിയിലെ വെളുത്തവാവു ദിവസം ചന്ദ്രനിൽ നിന്ന് നോക്കിയാൽ ഭൂമിയെ കാണാൻ കഴിയാത്ത കറുത്ത 'വാവാ'യിരി ക്കും. ചുരുക്കത്തിൽ ഭൂമിയിൽനിന്ന് ചന്ദ്രനെ അടിസ്ഥാനമാക്കി തിഥിക ളുള്ളതുപോലെ ചന്ദ്രനിൽനിന്ന് ഭൂമിയെ കാണുന്നത് അടിസ്ഥാനമാ ക്കിയും തിഥികളുണ്ട്. നമ്മുടെ കറുത്തപക്ഷത്തിലെ തിഥികൾ അവിടെ വെളുത്തപക്ഷവും വെളുത്തപക്ഷം കറുത്ത പക്ഷവുമായി മാറുന്നു എ ന്നുമാത്രം.

ഇനി ഗ്രഹണസമയത്ത് ചന്ദ്രനിൽനിന്നുള്ള കാഴ്ച എന്താവുമെന്നു നോക്കാം. ചന്ദ്രഗ്രഹണസമയത്ത്–ഭൂമി സൂര്യന്റെയും ചന്ദ്രന്റെയും ഇട യിൽ നേർരേഖയിൽ വരികയും ഭൂമിയുടെ നിഴൽ ചന്ദ്രനിൽ വീഴുകയു മാണല്ലോ സംഭവിക്കുന്നത്. ഭൂമി സൂര്യനെ മറയ്ക്കുന്ന അത്തരം സന്ദർഭ ങ്ങളിൽ ചന്ദ്രനിൽനിന്നു നോക്കിയാൽ സൂര്യഗ്രഹണം കാണാം. ഭൂമി യിൽനിന്ന് നാം കാണുന്ന സൂര്യഗ്രഹണങ്ങളേക്കാൾ നീണ്ട ഒന്ന്. ഇരുണ്ട ഭൂമിയുടെ വൃത്തത്തിനുചുറ്റും ഒരു പ്രഭാവലയവും കാണാം. ഭൂമിയുടെ അന്തരീക്ഷത്തിലെ പൊടിപടലങ്ങളിൽ സൂര്യപ്രകാശം തട്ടി പ്രതിഫലിക്കുന്നതാണത്.

നമ്മുടെ ഭൂമിയിലെ സൂര്യഗ്രഹണസമയത്ത് ചന്ദ്രൻ ഭൂമിയുടെയും സൂര്യന്റെയും ഇടയിൽ നേർരേഖയിലായിരിക്കുമല്ലോ. നമുക്കു കറുത്ത വാവു ദിവസമാണങ്കിലും ചന്ദ്രനിൽനിന്ന് പൂർണ്ണഭൂമിയെ കാണുന്ന ദിവ സമാണ് അത്. ഗ്രഹണസമയത്ത് ചന്ദ്രന്റെ നിഴൽ ഭൂമിയിലൂടെ കടന്നു പോകുന്നതു കാണാം. വൃത്താകൃതിയിൽ ഇരുണ്ട അമ്പ്രയും (ഛായ) അതിനുചുറ്റും പെനമ്പ്രയും (ഉപഛായ) ഭൂമിയുടെ ഉപരിതലത്തിലൂടെ സഞ്ചരിച്ചുപോകുന്ന അവർണനീയമായ ഒരു കാഴ്ച. ഭാവിയിൽ ചന്ദ്ര നിലേക്ക് ടൂറിസ്റ്റുകൾക്കു പോകാവുന്ന ഒരു സ്ഥിതിവരും. അതിന് ഏറ്റവും പറ്റിയ ഒരു 'പീക്' സമയമായിരിക്കും ഗ്രഹണകാലം(ചന്ദ്രനിൽ ഞാഞ്ഞൂ ലുകളില്ലാത്തതുകൊണ്ട് തലപൊക്കുകയില്ല).

ചന്ദ്രൻ സന്ദർശിക്കുന്ന ഒരു ഗർഭിണി ആ സമയത്ത് അവിടെ പ്രസ വിക്കുകയാണെങ്കിൽ എങ്ങനെയായിരിക്കും ഗ്രഹനിലയെഴുതുക? ജ്യോ തിഷി മൊട്ടയിട്ടുപോകും. അത്തരം സന്ദർഭങ്ങളിൽ മാതാപിതാക്കൾ സമയവുമായി നമ്മുടെ അടുത്തുതന്നെവരേണ്ടിവരും. ഒരു ക്ലൂ പറയാം ച(ചന്ദ്രൻ)എന്ന അക്ഷരം അതിൽ ഉണ്ടായിരിക്കുകയില്ല. ഭൂ(ഭൂമി) എന്ന അക്ഷരം പകരം ഉണ്ടായിരിക്കുകയും ചെയ്യും. ശി(ശിഖി) എന്ന അക്ഷ രവും സ(സർപ്പി) എന്ന അക്ഷരവും തമ്മിൽ ആറുരാശികളുടെ വ്യത ്യാസം, (പരസ്പരം അക്ഷരങ്ങൾ മാറിക്കിടക്കുന്ന അവസ്ഥ,) ഉണ്ടായി രിക്കുകയും ചെയ്യും.

ചന്ദ്രന്റെ ഭൂമിക്കഭിമുഖമല്ലാത്ത ഭാഗത്തുനിന്നുള്ള ആകാശക്കാഴ്ച മറ്റൊന്നാണ്. അവിടെനിന്ന് ഭൂമിയെ ഒരിക്കലും കാണാൻ കഴിയുകയില്ല. ചന്ദ്രന്റെ പ്രതലസ്വഭാവവും അവിടെ വ്യത്യസ്തമാണ്. ചുരുക്കത്തിൽ അവിടെ മറ്റൊരു ഭൂമിയും മറ്റൊരു ആകാശവുമാണ്.

16
ചന്ദ്രയാൻ

ഇന്ത്യയുടെ സ്വപ്നപദ്ധതി എന്നു വിശേഷിപ്പിക്കപ്പെടുന്ന ചന്ദ്ര
യാൻ-1 ദൗത്യം, ശ്രീ. എ പി ജെ അബ്ദുൾകലാം ഇന്ത്യൻ പ്രസിഡന്റായി
പദവി ഏറ്റെടുത്ത സമയത്ത് ഐ എസ് ആർ ഒ യിലെ ഒരു പ്രതിനിധി
സംഘം ശ്രീ മാധവൻനായരുടെ നേതൃത്വത്തിൽ അദ്ദേഹത്തെ സന്ദർശി
ച്ചവേളയിൽ ഉണ്ടായ ഒരു ആശയമാണ്.

അന്നുവരെയുള്ള ഇന്ത്യൻ ശാസ്ത്രജ്ഞന്മാരുടെ പരിചയപരിധി
36000 കിലോമീറ്റർ അകലെ വാർത്താവിനിമയ ഉപഗ്രഹങ്ങൾ വിക്ഷേ
പിച്ചുകൊണ്ടുള്ളതായിരുന്നു. ഭൂമിയിൽ നിന്ന് ചന്ദ്രനിലേക്കുള്ള ദൂരം 4
ലക്ഷം കിലോമീറ്ററാണ്. ഭൂമിയുടെ ഗുരുത്വാകർഷണത്തിനു പുറത്തേക്കു
കടക്കുക, മറ്റൊരു ആകാശഗോളത്തിന്റെ (ചന്ദ്രന്റെ) ആകർഷണവലയ
ത്തിലേക്കു പ്രവേശിക്കുക, ചന്ദ്രന്റെ പ്രദക്ഷിണപഥത്തിലേക്ക് ഉപഗ്ര
ഹത്തെ കൃത്യമായി ചെലുത്തുക എന്നീ കടമ്പകൾ വിജയകരമായി
കടക്കുന്നതിനുള്ള നിയന്ത്രണസംവിധാനം വികസിപ്പിച്ചു ഉണ്ടാക്കിയെ
ടുക്കേണ്ടതുണ്ടായിരുന്നു. അതിനും പുറമെ ഈ നിയന്ത്രണസംവിധാ
നങ്ങളെ ഫലപ്രദമായി നിയന്ത്രിക്കത്തക്കവിധം സംവേദനക്ഷമതയും
വർധിപ്പിക്കേണ്ടതായിട്ടുണ്ട്. അഞ്ചുവർഷം കൊണ്ടുതന്നെ ഇത്തരം
സങ്കേതങ്ങൾ കാര്യക്ഷമമായി പ്രവർത്തിപ്പിക്കത്തക്കവണ്ണം ഉയരുവാൻ
ഇന്ത്യൻ ശാസ്ത്രജ്ഞന്മാർക്കു സമയോചിതമായി കഴിഞ്ഞു. ശയനപ്ര
ദക്ഷിണംപോലെ രണ്ടുവിധത്തിൽ ചലിച്ചുകൊണ്ടിരിക്കുന്ന (കറക്കവും,
പ്രദക്ഷിണവും) ഭൂമിയിൽനിന്ന് അതുപോലെതന്നെ. ചലിച്ചുകൊണ്ടിരി
ക്കുന്ന ഒരു ലക്ഷ്യമാണ് ചന്ദ്രൻ എന്ന് ഓർമിക്കണം. അർജുനൻ
പക്ഷിയെ ലക്ഷ്യമാക്കിയതിലും ദുഷ്കരം.

സോവിയറ്റ് യൂണിയൻ, അമേരിക്ക എന്നീ രാജ്യങ്ങൾ അവരുടെ

ആദ്യവിക്ഷേപണങ്ങൾ നടത്തിയപ്പോൾ ഭൂമിയുടെ ഒരു താഴ്ന്നപഥ ത്തിൽ ഉപഗ്രഹത്തെ വിന്യസിച്ചശേഷം അടുത്തപടി ചന്ദ്രനിലേക്ക് അതു തൊടുക്കുകയായിരുന്നു. ആദ്യദൗത്യങ്ങൾ പരാജയങ്ങളുമായിരുന്നു. ഈയൊരു അനുഭവംകൊണ്ട് ഒറ്റയടിക്ക് ചന്ദ്രനിലേയ്ക്ക് എന്നതിൽനിന്നു വ്യത്യസ്തമായി ആദ്യം ഭൂമിയെ വലംവയ്ക്കുന്ന ഭ്രമണപഥത്തിന്റെ വ്യാസം അഞ്ചു ഘട്ടങ്ങൾകൊണ്ട് വികസിപ്പിച്ചെടുത്തശേഷം 3,84,000 കിലോമീറ്റർ അകലെ ഉപഗ്രഹമെത്തുമ്പോൾ അതിനെ ചന്ദ്രനിൽനിന്ന് 7500 കിലോമീറ്റർ വരെ അകലമുള്ള ഒരു ഭ്രമണപഥത്തിലേക്ക് ആനയി ക്കുക എന്നതായിരുന്നു ആദ്യ ലക്ഷ്യം. തുടർന്ന് ഭ്രമണവ്യാസം മൂന്നു ഘട്ടങ്ങളിലായി കുറച്ചുകൊണ്ടുവന്ന് 100 കിലോമീറ്റർ അകലെയുള്ള വൃത്താകൃതിയിലുള്ള ഭ്രമണപഥത്തിലെത്തിക്കുക. ഇതാണ് പദ്ധതി. ചന്ദ്രന്റെ ധ്രുവങ്ങളെ അടിസ്ഥാനമാക്കിയുള്ളതാണ് ഈ ഭ്രമണപഥം. ഈ ഭ്രമണപഥത്തിനകത്ത് ചന്ദ്രൻ അതിന്റെ അച്ചുതണ്ടിൽ സൂര്യനെ ആധാരമാക്കി 29$^{1}/_{2}$ ദിവസത്തിലൊരിക്കൽ ഒരുവട്ടം കറങ്ങുമ്പോൾ ചന്ദ്ര യാനിലെ ക്യാമറയുടെ ദൃഷ്ടി ചന്ദ്രന്റെ ഉപരിതലമാകെ ആ സമയം കൊണ്ട് നിരീക്ഷിക്കും.

വാഹനം (P S LV-C 11)

നാലുഘട്ടങ്ങളുള്ള PSLV ക്ലാസ് വാഹനമാണ് ചന്ദ്രയാൻ വിക്ഷേപ ണത്തിനായി തെരഞ്ഞെടുക്ക പ്പെട്ടത്. എന്നാൽ പതിവായി വിക്ഷേപിക്കപ്പെടുന്നതിനേ ക്കാൾ ഇന്ധനം കൂടുതൽ ഉപയോഗിച്ചുകൊണ്ടുള്ളതാ യിരുന്നു ഇതിന്റെ സ്ട്രാപ്പോൺ റോക്കറ്റുകൾ. ഒന്നാം സ്റ്റേജി നുചുറ്റും വിന്യസിക്കപ്പെട്ടി ട്ടുള്ള നാല് ഘരഇന്ധന മോട്ടോറുകളാണിത്. ഒന്നാം ഘട്ട റോക്കറ്റും ഘരഇന്ധനം ഉപയോഗിച്ചുള്ളതാണ്. ഒ ന്നാംഘട്ടത്തിനു മുൻപ് എരി യുന്ന സ്ട്രാപ്പോൺ റോക്കറ്റു കളെ പൂജ്യഘട്ട റോക്കറ്റു കൾ എന്നും വിശേഷിപ്പിക്കാ റുണ്ട്. പൂജ്യഘട്ട റോക്കറ്റു കൾ കത്തിത്തീർന്നാൽ വി ഘടിച്ച് നാലുദിക്കിലേക്കു തെറിച്ചുപോകും. പ്രസ്തുത

പി എസ് എൽ വി 11

റോക്കറ്റുകൾ കത്തിത്തീരുന്നതിനോടൊപ്പമോ അതിനുതൊട്ടു മുൻപോ തന്നെ ഒന്നാം ഘട്ടറോക്കറ്റിന്റെ ഘരഇസ്ഥനത്തിന്റെ ജ്വലനമാരംഭിക്കും. ഓരോ ഘട്ടവും കത്തിത്തീരുമ്പോൾ അത് വിഘടിച്ച് കടലിൽ വീഴും. നാലാംഘട്ട റോക്കറ്റിന്റെ ജ്വലനത്തോടെ ഉപഗ്രഹം ആദ്യഭൗമഭ്രമണപ ഥത്തിലെത്തും. തുടർന്നുള്ള പ്രവർത്തനങ്ങൾക്ക് ഉപഗ്രഹത്തിൽത്തന്നെ കരുതിയിട്ടുള്ള ദ്രവഇസ്ഥനമാണ് ഉപയോഗിക്കുക.

ഉപഗ്രഹം (ചന്ദ്രയാൻ I)

ചന്ദ്രനിലേക്കു കുതിക്കുന്ന 69-ാമത് ഉപഗ്രഹമാണ് ചാന്ദ്രയാൻ-1, ചന്ദ്രയാനിൽ പ്രധാനമായി പതിനൊന്ന് ഉപകരണസമുച്ചയങ്ങളാണ് ഘടി പ്പിച്ചിരിക്കുന്നത്. ഇതുവരെ ലഭിച്ചിട്ടില്ലാത്ത വളരെയധികം വിവരങ്ങൾ ശേഖരിക്കുവാൻ തക്കവണ്ണ മുള്ള ഉപകരണങ്ങൾ ഉൾ ക്കൊള്ളുന്ന ഒന്നാണത്. അ തിൽ ഇന്ത്യ നിർമ്മിച്ച അഞ്ച് ഉപകരണങ്ങൾക്കു പുറമേ യൂ റോപ്യൻ സ്പേസ് ഏജൻസി യുടെ മൂന്നും നാസയുടെ രണ്ടും ബൾഗേറിയയുടെ ഒന്നും ഉപകരണങ്ങൾ വിവി ധോദ്ദേശ്യങ്ങൾക്കായി അട ക്കം ചെയ്തിരുന്നു. ഇതിന്റെ പൊതുവായ ഉദ്ദേശ്യലക്ഷ്യ ങ്ങൾ ചന്ദ്രന്റെ ഉപരിതല ത്തിന്റെ ത്രിമാന ചിത്രങ്ങളെ

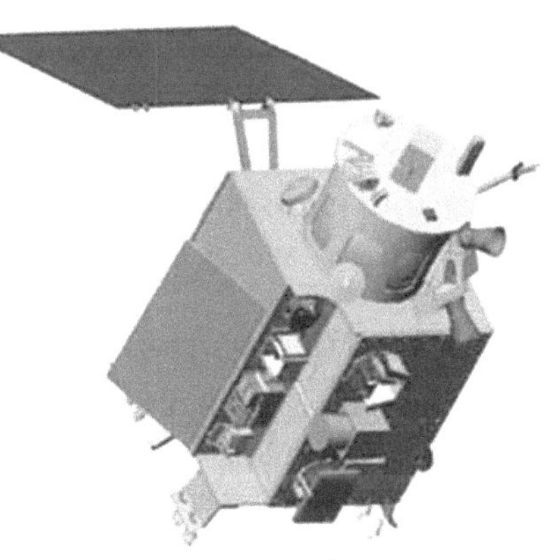

ചന്ദ്രയാൻ I

ടുക്കുക, ചന്ദ്രന്റെ ഉപരിതലത്തിലെ രാസഘടനനിർണയിക്കുക എന്നി വയാണ്. അതിലടങ്ങിയ ഉപകരണങ്ങൾ താഴെ പറയുന്നവയാണ്.

1. ടെറൈൻ മാപ്പിങ് ക്യാമറ (TMC)

ചന്ദ്രോപരിതലമാകെത്തന്നെ പകർത്തിയെടുക്കുവാനുള്ള ഈ ക്യാമറ, ഇന്ത്യയിൽത്തന്നെ നിർമിച്ചതാണ്.

2. ഹൈപ്പർ സ്പെക്ടറൽ ഇമേജർ (HySi)

ഇതും ഇന്ത്യയിൽ നിർമ്മിച്ച മറ്റൊരു പ്രത്യേക ക്യാമറയാണ്. യൂറേ നിയം, തോറിയം മുതലായ ആണവതന്ത്രപ്രധാനമായ മൂലകങ്ങളെക്കു റിച്ചറിയാനുള്ളതാണിത്. ചന്ദ്രോപരിതലത്തിലുള്ള ഗർത്തങ്ങൾക്കക ത്തുള്ള ഇത്തരം വസ്തുക്കളുടെ രാസമാറ്റങ്ങളെക്കുറിച്ചുള്ള വിവരങ്ങളും ഇവയ്ക്കു നൽകാനാകും.

3. ലൂണാർ ലേസർ റേഞ്ചിങ് ഇൻസ്ട്രുമെന്റ് (LLRI)

ലേസർ രശ്മി ഉപയോഗിച്ചു പ്രവർത്തിക്കുന്ന ഒരുതരം റഡാർ ആണ് ഈ ഉപകരണം. ഉപരിതലത്തിലെ നിമ്നോന്നതങ്ങളായ ഭാഗങ്ങളുടെ ആഴവും ഉയരവും നിർണയിക്കുക എന്നതാണ് ഈ റഡാറിന്റെ ധർമം. ഈ ഉപകരണത്തിൽനിന്ന് അയക്കുന്ന ലേസർ രശ്മികൾ പ്രതിഫലിച്ച് തിരിച്ചെത്തുന്ന സമയം കണക്കാക്കിയാണ് കുന്നുകളുടെയും കുഴിക ളുടെയും വലുപ്പം കണക്കാക്കുന്നത്. ഈ ഉപകരണവും പൂർണമായി ഇന്ത്യയിൽ വികസിപ്പിച്ചുണ്ടാക്കിയതാണ്.

4. ഹൈ എനർജി എക്സ്-റേ സ്പെക്ടോമീറ്റർ (HEX)

ചന്ദ്രന്റെ ധ്രുവപ്രദേശങ്ങളിൽ ഏതെങ്കിലും രൂപത്തിൽ ജലസാന്നി ധ്യമുണ്ടോ എന്നറിയുകയാണിതിന്റെ പ്രധാന ദൗത്യം. അതുകൂടാതെ യുറേനിയം, തോറിയം തുടങ്ങിയ മൂലകങ്ങൾ കൂടുതലായി ഉണ്ടാകാ നിടയുള്ള സ്ഥലങ്ങളെ അടയാളപ്പെടുത്തുക എന്നതും ഇതിന്റെ ദൗത്യ മാണ്. അഹമ്മദാബാദിലെ ഫിസിക്കൽ റിസർച്ച് ലബോറട്ടറിയും ബംഗ ളൂരിലെ I SAC ഉം സംയുക്തമായി നിർമിച്ചതാണിത്.

5. മൂൺ ഇംപാക്റ്റ് പ്രോബ് (MIP)

തിരുവനന്തപുരത്തെ വിക്രംസാരാഭായ് സ്പേസ്സെന്ററിൽ നിർമിച്ച ഒരു ഉപകരണമാണിത്. ചന്ദ്രയാൻ അതിന്റെ ഭ്രമണപഥത്തിൽ എത്തി ക്കഴിയുമ്പോൾ അതിൽ നിന്ന് ചന്ദ്രനിലേക്കു തൊടുത്തുവിടുന്ന ഒരു ഉപകരണമാണിത്. ചന്ദ്രനിലേക്ക് വീണുകൊണ്ടിരിക്കുമ്പോൾ ഓരോ സമയത്തും ചന്ദ്രോപരിതലത്തിൽനിന്നുള്ള അകലം കണക്കാക്കുന്നതി നുള്ള സംവിധാനവും ഉപരിതലത്തിൽ പതിക്കുമ്പോഴുണ്ടാകുന്ന ആഘാ തത്തിൽ തെറിക്കുന്ന പൊടിമണ്ണിന്റെ ഘടന തൽസമയം വിശകലനം ചെയ്യുന്ന ഉപകരണവും അതിൽ ഉൾപ്പെടുത്തിയിട്ടുണ്ട്.

6. യൂറോപ്യൻ സ്പേസ് ഏജൻസിയുടേതാണ് ഇനി പറയുന്ന മൂന്നുഉപകരണങ്ങൾ
a) ചന്ദ്രയാൻ-1 ഇമേജിങ് എക്സ്-റേ സ്പെക്ട്രോമീറ്റർ (CIXS)

മഗ്നീഷ്യം, ഇരുമ്പ്, അലുമിനിയം, സിലിക്കൺ, ടൈറ്റാനിയം എന്നീ മൂലകങ്ങളടങ്ങിയ ധാതുക്കളെ സംബന്ധിച്ച വിവരങ്ങൾ ശേഖരിക്കാ നുള്ള എക്സ്-റേ ഉപകരണമാണിത്. ചന്ദ്രന്റെ ഉൽപ്പത്തിയെക്കുറിച്ചുള്ള പഠനങ്ങൾക്കു സഹായകരമായ തെളിവുകൾ ലഭിക്കുക എന്നതാണ് പരമമായ ഉദ്ദേശ്യം. ഇംഗ്ലണ്ടിലെ റൂഥർ ഫോർഡ് അപ്പ്ലറ്റോൺ ലബോറ ട്ടറിയും ബംഗളൂരിലെ ISACഉം ചേർന്നാണ് ഈ ഉപകരണം നിർമ്മിച്ചത്.

b) സ്മാർട്ട് നിയർ-ഇൻഫ്രാറെഡ് സ്പെക്ടോമീറ്റർ (SIR-2)

ചന്ദ്രന്റെ ഉപരിതലത്തിനുള്ളിൽ വിവിധ പാളികളിൽ അടങ്ങിയിരി ക്കുന്ന ധാതുക്കളെക്കുറിച്ചുള്ള പര്യവേക്ഷണമാണിതു നടത്തുക. ഈ ധാതുക്കൾക്ക് സംഭവിച്ചിരിക്കാനിടയുള്ള മാറ്റങ്ങളെക്കുറിച്ചുള്ള പഠനവും ഇതോടൊപ്പം നടക്കും. ജർമനിയിലെ മാക്സ് പ്ലാങ്ക് ഇൻസ്റ്റിറ്റ്യൂട്ടാണ് ഈ ഉപകരണം നിർമിച്ചിരിക്കുന്നത്. ചന്ദ്രോപരിതലത്തിൽ നിന്നുള്ള ഇൻഫ്രാറെഡ് വികിരണങ്ങളെക്കുറിച്ചും ഈ ഉപകരണം വിവരങ്ങൾ നൽകും.

c) സബ് കെ വി ആറ്റം റിഫ്ളെക്റ്റിങ് അനലൈസർ (SARA)

സൂര്യതാപം, സൗരവാതം തുടങ്ങിയ സൂര്യനിൽ നിന്നുള്ള ഊർജ ങ്ങൾ ചന്ദ്രന്റെ ഉപരിതലത്തിൽ പതിക്കുമ്പോൾ അതിനനുസരിച്ച് എന്തു മാറ്റങ്ങളാണ് ഉണ്ടാകുന്നതെന്ന പഠനം നടത്തുവാനുള്ള ഉപകരണ മാണിത്. ചന്ദ്രന്റെ ഉപരിതലത്തെക്കുറിച്ചുള്ള കൂടുതൽ പഠനവും നടക്കും. ഈ ഉപകരണം സ്വീഡനിലെ ഇൻസ്റ്റിറ്റ്യൂട്ട് ഓഫ് സ്പേസ് ഫിസിക്സ് എന്ന സ്ഥാപനത്തിന്റെയും V S S C-യിലെ സ്പേസ് ഫിസിക്സ് ലബോറ ട്ടറിയുടെയും സംയുക്ത സംരംഭമാണ്. ഹീലിയം-3നെ ക്കുറിച്ചുള്ള വിവരം തരുന്നതും ഈ ഉപകരണമായിരിക്കും.

7. നാസയുടെ ഉപകരണങ്ങൾ
a. മിനി സിന്തറ്റിക് അപർച്ചർ റഡാർ (MINI SAR)

ചന്ദ്രന്റെ ധ്രുവപ്രദേശങ്ങളിലുള്ള ഗർത്തങ്ങളിൽ ഒരിക്കലും സൂര്യവെളിച്ചം വീഴാനിടയില്ല. ധ്രുവത്തിനു മുകളിൽ സൂര്യൻ വരാനുള്ള സാധ്യത ഇല്ലല്ലോ (ഭൂമിക്ക് 23 1/2 ഡിഗ്രി ചരിവുള്ളതുപോലുള്ള ചരിവ് ചന്ദ്രനില്ല) അത്തരം ഗർത്തങ്ങളിൽ ജലം ഏതെങ്കിലും രൂപത്തിൽ അക പ്പെട്ടിട്ടുണ്ടെങ്കിൽ അതു പ്രത്യേകമായി കണ്ടുപിടിക്കുകയാണിതിന്റെ ധർമം. ജലം ഏതു രൂപത്തിലാണെങ്കിലും അതു തിരിച്ചറിയുവാൻ ഈ ഉപകരണത്തിനു കഴിയും. അമേരിക്കയിലെ 'ജോൺഹോപ്കിൻസ് യൂണിവേഴ്സിറ്റീസ്, അപ്ലൈഡ് ഫിസിക്സ് ലബോറട്ടറി ആന്റ് നേവൽ എയർവെൽഫെയർ സെന്റർ എന്ന സ്ഥാപനമാണ് നാസയ്ക്കുവേണ്ടി ഈ ഉപകരണം നിർമ്മിച്ചിരിക്കുന്നത്.

b. മൂൺ മിനറോളജി മാപ്പർ (M3)

ജലത്തെക്കുറിച്ചും, ധാതുക്കളെക്കുറിച്ചും, അതിന്റെ പഴക്കത്തെക്കു റിച്ചും മറ്റും ധാരണതരുവാനുള്ള ഉപകരണങ്ങളാണ് ഇതിലുമുള്ളത്. ചന്ദ്രനെക്കുറിച്ചുള്ള 'ഭൂവിജ്ഞാനീയ'മാണിതിന്റെ ലക്ഷ്യം. ഒരു പ്രത്യേക സ്പെക്ട്രോമീറ്റർ തന്നെയാണിതിന്റെ പ്രധാനഭാഗം. അമേരിക്കയിലെ

ബ്രൗൺ യൂണിവേഴ്സിറ്റിയും ജെറ്റ്പ്രൊപ്പൽഷൻ ലബോറട്ടറിയും സംയുക്തസംരംഭമായിട്ടാണ് ഈ ഉപകരണം നിർമ്മിച്ചിരിക്കുന്നത്.

8. ബൾഗേറിയയുടെ റേഡിയേഷൻ ഡോസ് മോണിട്ടർ (RANDOM)

ബൾഗേറിയൻ അക്കാദമി ഓഫ് സയൻസ് എന്ന സ്ഥാപനമാണ് ഇതു രൂപകൽപ്പന ചെയ്ത് ഉണ്ടാക്കിയിരിക്കുന്നത്. ചന്ദ്രന്റെ ഉപരിതല ത്തിൽ സൂര്യപ്രഭാവത്തോടെയോ മറ്റു പ്രപഞ്ചപ്രതിഭാസങ്ങളായോ ഉണ്ടാകാനിടയുള്ള വികിരണങ്ങളെക്കുറിച്ചുള്ള വിവരങ്ങളാണ് ഇതു ശേഖരിക്കുക. ചന്ദ്രനിലെ അക്ഷാംശ, രേഖാംശ രേഖകൾക്കനുസരണ മായി ഇത്തരം വികിരണങ്ങളിൽ വ്യത്യാസമുണ്ടോ എന്ന പഠനവും ഇതു നടത്തും. ഭാവിയിൽ അവിടെയുണ്ടാകാനിടയുള്ള മനുഷ്യവാസത്തിനായി എടുക്കേണ്ട മുൻകരുതലുകൾക്ക് ഈ പഠനം സഹായകമാകും.

അവസാന കർത്തവ്യം

മൂൺ ഇംപാക്റ്റ് പ്രോബ് (MIP) ചന്ദ്രനിൽ പതിപ്പിക്കുക എന്നതാ ണല്ലോ വിക്ഷേപണത്തിന്റെ അവസാനഘട്ടം എന്ന നിലയിൽ ചെയ്തു തീർക്കുവാനുണ്ടായിരുന്നത്. ചന്ദ്രയാന്റെ വശത്ത് ഒരു തൊപ്പിപോലെ ഘടിപ്പിച്ചിരുന്ന ഒരു ഉപകരണമാണിത്. ഇതിന്റെ വശങ്ങലിലാണ് ഭാര തത്തിന്റെ ത്രിവർണപതാക ആലേഖനം ചെയ്യപ്പെട്ടിരുന്നത്. നൂറു കിലോ മീറ്റർ ഉയരെ ഭ്രമണം ചെയ്യുന്ന ചന്ദ്രയാനിൽ നിന്ന് വിഘടിപ്പിച്ചുകഴിഞ്ഞ് 25 മിനിറ്റിനകം അത് ചന്ദ്രനിൽ പതിച്ചു.

ഭാവിയിൽ വിക്ഷേപിക്കാനിരിക്കുന്ന ചന്ദ്രയാൻ–2 എന്ന ദൗത്യ ത്തിൽ ചന്ദ്രന്റെ ഉപരിതലത്തിൽ ഓടിക്കുവാൻ ഉദ്ദേശിക്കുന്ന വാഹന ത്തിന്റെ മുൻഗാമിയാണിത്. (MIP)യിൽ മൂന്ന് ഉപകരണങ്ങളാണുള്ളത്. ഒരു വീഡിയോ ക്യാമറ, ഉയരമറിയാനുള്ള അൾട്ടിമീറ്റർ, ഒരു മാസ് സ്പെക്ട്രോമീറ്റർ. വീണുകൊണ്ടിരിക്കുന്ന സമയം മുഴുവൻ വീഡിയോ ക്യാമറ ചിത്രങ്ങളെടുക്കും. അൾട്ടിമീറ്റർ അതിന്റെ ഉയരം അളക്കുകയാ വും. വീഴുന്ന പരിസരത്തെ പദാർഥങ്ങളെക്കുറിച്ചുള്ള വിവരങ്ങൾ സ്പെക്ട്രോമീറ്റർ മനസിലാക്കും. ഇതിനെ സംബന്ധിച്ച വിവരങ്ങളെല്ലാം അത് മാതൃഉപഗ്രഹമായ ചന്ദ്രയാനു നൽകുകയും ചന്ദ്രയാൻ അത് ബംഗ്ലൂരുവിനടുത്ത് ബ്യാലാലുവിൽ സ്ഥാപിച്ചിട്ടുള്ള ഇന്ത്യൻ സ്പേസ് സയൻസ് ഡാറ്റാ സെന്ററിലേക്ക് കൈമാറുകയും ചെയ്യും.

ഭാരതത്തെ സംബന്ധിച്ചിടത്തോളം ഇതുവരെയുള്ള ദൗത്യങ്ങളിൽ 36000 കിലോമീറ്റർ അകലെയുള്ള ഉപഗ്രഹങ്ങളിലേക്കുള്ള വിവര വിനി മയ സംവേദനം മാത്രമേ ആവശ്യമായിട്ടുണ്ടായിരുന്നുള്ളു. എന്നാൽ 4 ലക്ഷം കിലോമീറ്റർ അകലെയുള്ള ചന്ദ്രയാനിലേക്കുള്ള സംവേദനം സാധ്യമാക്കുന്നതിന് 'ഡീപ് സ്പേസ് നെറ്റ്വർക്ക്' എന്ന പുതിയ സംവി

ധാനം ബ്യാലാലുവിൽ നിർമ്മിച്ചു. മൂന്നു പടുകൂറ്റൻ ആന്റിനകൾ ഇതി നായി ഉണ്ടാക്കിയിട്ടുണ്ട്. അതിൽ ഏറ്റവും വലുതിന് 64 മീറ്റർ വ്യാസമു ണ്ട്. ബാംഗ്ലൂരുള്ള 'മിഷൻ ഓപ്പറേഷൻസ് കോംപ്ലക്സ്' എന്ന വിഭാഗ മാണ് ചന്ദ്രയാന്റെ ദൈനംദിന പ്രവർത്തനങ്ങൾ നിയന്ത്രിക്കുന്നത്. കർണാടകയിലെ ഹസ്സൻ എന്ന സ്ഥലത്തു സ്ഥാപിച്ചിരിക്കുന്ന 'മാസ്റ്റർ കൺട്രോൾ ഫെസിലിറ്റി'യും ഇതിൽ ഭാഗഭാക്കാണ്. ലോകത്തിന്റെ പലഭാഗത്തും വിവരശേഖരണത്തിനായി "പേലോഡ് ഓപ്പറേഷൻ സെന്ററു"കളും സജ്ജമാണ്.

ചന്ദ്രയാനിൽ നിന്നു ലഭിക്കുന്ന വിവരങ്ങൾ ഇതുമായി ബന്ധപ്പെട്ട രാജ്യങ്ങൾ കാലാകാലങ്ങളിൽ നടത്തുന്ന സമ്മേളനങ്ങളിൽ അവതരി പ്പിക്കുകയും ചർച്ച ചെയ്യുകയും അതിൽനിന്ന് പാഠങ്ങൾ ഉൾക്കൊള്ളു കയും ചെയ്യും.

ചന്ദ്രയാന്റെ വിജയകരമായ വിക്ഷേപണത്തോടെ ഇന്ത്യയുടെ ശാസ്ത്രീയവും സാങ്കേതികവുമായ മികവ് തെളിയിക്കപ്പെട്ടിരിക്കുന്നു. ഇത് രാജ്യത്തെ ജനങ്ങളിൽ അഭിമാനമുണർത്തുവാൻ കാരണമായി എന്നതിനപ്പുറം ലോകരാജ്യങ്ങൾക്കിടയിൽ ഇന്ത്യയുടെ യശസ്സ് ഉയരു വാനും കാരണമായി.

17

ചന്ദ്രയാന്റെ തിരോധാനവും ചന്ദ്രനിലെ ജലസാന്നിധ്യവും

ജനതയിൽ നിരാശാബോധമുണർത്തും വിധമാണ് ചാന്ദ്രയാൻ-1ന്റെ അകാലതിരോധനത്തെക്കുറിച്ച് പത്രറിപ്പോർട്ടുകൾ വന്നത്. 2010 അവസാനം വരെ ആയുസ്സു പ്രതീക്ഷിക്കപ്പെട്ടിരുന്ന ഉപഗ്രഹത്തിന്റെ പ്രവർത്തനം 2009 അവസാനത്തോടെതന്നെ നിലച്ചു. അപ്രതീക്ഷിതമായുണ്ടായ സൗരവാതക പ്രഭാവം മൂലം ചില ഉപകരണങ്ങൾക്കു കേടുപാടുകൾ സംഭവിച്ചിരുന്നതായി നേരത്തേതന്നെ അറിയിപ്പുകളുണ്ടായിരുന്നു. അത് താൽക്കാലികമായി പരിഹരിക്കപ്പെട്ടിരുന്നുവെങ്കിലും തുടർന്ന് എല്ലാബന്ധവും നിയന്ത്രണവും പൂർണമായയും നഷ്ടപ്പെടുകയായിരുന്നു. ചന്ദ്രയാനിനകത്തുള്ള കമ്പ്യൂട്ടറിലേക്കുള്ള വൈദ്യുതിയുടെ ഒഴുക്കുനിലയ്ക്കുകയും അതു പ്രവർത്തനക്ഷമമല്ലാതായി മാറുകയും ചെയ്തതോടെ ദൗത്യമുപേക്ഷിക്കുകയല്ലാതെ മറ്റു മാർഗങ്ങളില്ലാതായി. ചന്ദ്രയാൻ ചന്ദ്രനെ ഇപ്പോഴും വലം വയ്ക്കുന്നുണ്ട്. ഒന്നു രണ്ടു കൊല്ലത്തിനകം അത് ചന്ദ്രന്റെ ഉപരിതലത്തിൽ വീണു തകരുമെന്നു പ്രതീക്ഷിക്കുന്നു.

എന്നാൽ പ്രചരിപ്പിക്കപ്പെട്ടതുപോലെ അതൊരു പരാജയമല്ലായിരുന്നു. ശാസ്ത്രദൗത്യങ്ങളിൽ നൂറുശതമാനം വിജയമോ നൂറുശതമാനം പരാജയമോ ഇല്ല. എന്നുമാത്രമല്ല കൂടുതൽ കാലം ജീവിച്ചു എന്നതു കൊണ്ടു മാത്രം ഒന്ന് എന്തെങ്കിലും പ്രയോജനമുണ്ടാക്കിക്കൊള്ളണമെന്നുമില്ല. അത് മനുഷ്യജീവിതം പോലെതന്നെയാണ്. ചാന്ദ്രദൗത്യത്തിൽ നിന്ന് പ്രതീക്ഷിച്ചിരുന്ന സാങ്കേതിക പരീക്ഷണങ്ങളുടെ 95 ശതമാനവും ശാസ്ത്രീയവിവരശേഖരങ്ങളുടെ 90 ശതമാനവും നിർവഹിക്കപ്പെട്ടു കഴിഞ്ഞിരുന്നു. ഉപരിതലത്രിമാനഭൂപടനിർമ്മാണം, ധാതു നിരീക്ഷണം, ജലസാന്നിധ്യനിർണയം, ഉപരിതല വികിരണ വിവരശേഖരണം തുടങ്ങിയ കാര്യങ്ങൾ പൂർണതയോടുത്തു തന്നെ നിർവഹിച്ചുകഴിഞ്ഞിരുന്നു. അമേരിക്കൻ ചന്ദ്രസഞ്ചാരികൾ അപ്പോളോ 15ലൂടെ നിർവഹിച്ച പരീ

ക്ഷണങ്ങളുടെ അടയാളങ്ങൾ അവർ സഞ്ചരിച്ചിരുന്ന വാഹനത്തിന്റെ ചക്രങ്ങളുടെ ഉൾപ്പെടെ ചന്ദ്രയാൻ പകർത്തി എന്നത് വലിയെരു കാര്യ മാണ്. ചന്ദ്രനിലും കാറ്റും മഴയുമില്ലാത്തതുകൊണ്ട് ഇത്രനാളും മാറ്റ ങ്ങളില്ലാതെ തുടരുന്നതാണ് ഈ പാടുകൾ. ചന്ദ്രനിൽ മനുഷ്യൻ ഇറങ്ങി എന്നത് കള്ളമാമെന്ന അന്ധവിശ്വാസികളുടെ പ്രചരണത്തിന്റെ മുനയെ ഒ ടിക്കുവാൻ ഇതുകാരണമായി.

ചന്ദ്രന്റെ രൂപീകരണ സമയത്തെ ഉയർന്ന താപനിലയിൽ ഉരുകി നിന്നിരുന്ന ഒരു ഭാഗം ഉറഞ്ഞു സമതലമായതാണ് ഇന്നു 'മാഗ്മാ സമുദ്രം' എന്നു വിളിക്കുന്ന സമതലപ്രദേശമെന്ന ഒരു സിദ്ധാന്തമുണ്ട്. ചാൾസ് ഡാർവിന്റെ മകൻ ജോർജ് ഡാർവിന്റെ ഈ അഭിപ്രായത്തെ ഏതാണ്ടു സാധൂകരിക്കുന്ന വിവരങ്ങളും ചന്ദ്രയാൻ നൽകിയിട്ടുണ്ട്. ചന്ദ്രന്റെ ഉൽപ്പത്തിയെക്കുറിച്ച് അറിയുവാൻ സഹായകമായ മറ്റു ചില വിവരങ്ങളും ചന്ദ്രയാൻ നൽകിയിട്ടുണ്ട്.

15 ദിവസം പകലും 15 ദിവസം രാത്രിയുമുള്ള ചന്ദ്രനിൽ പകൽ പുഴുങ്ങുന്ന ചൂടും, രാത്രി കിടുങ്ങുന്ന തണുപ്പുമാണ്- +200 മുതൽ – 200^0C വരെ വ്യത്യാസപ്പെടുന്നത്. കടുത്ത ചൂടുമൂലം ജലാംശം ഉണ്ടാ യിരുന്നെങ്കിൽത്തന്നെ അത് എമ്പണ്ടേ ആവിയായിപ്പോയിരിക്കും എന്നു വേണം കരുതുവാൻ. ചന്ദ്രനിൽ ജലാംശം ശേഷിച്ചിട്ടുണ്ടെങ്കിൽത്തന്നെ അത് ധ്രുവപ്രദേശങ്ങളിലെ വെയിൽപതിക്കാത്ത ഗഹ്വരങ്ങളിൽ ആകുവാനേ തരമുള്ളൂ. അതിനെ സ്ഥിരീകരിക്കും വിധം 'ലൂണാർ പ്രൊസ്പെക്ടർ', 'ക്ലെമന്റൈൻ' എന്നീ ചന്ദ്രോപഗ്രഹങ്ങൾ ധ്രുവപ്രദേശങ്ങളിലെ മഞ്ഞു തരികൾ കണ്ടെത്തുകയും ചെയ്തിരുന്നു. ചന്ദ്രയാനിൽ ഘടിപ്പിച്ചിരുന്ന മൂൺ മിനറോളജി മാപ്പർ (M3) എന്ന ഉപകരണമാകട്ടെ ചന്ദ്രന്റെ ഉപരി തലത്തിൽ ധ്രുവങ്ങൾക്കകലെ തന്നെയും ജലാംശം കണ്ടെത്തി. ചന്ദ്രന്റെ ഉപരിതലത്തിൽ പതിക്കുന്ന സൗരവാതങ്ങൾ ഓക്സിജനടങ്ങിയ പദാർഥ ങ്ങളുമായി നിരന്തരം പ്രവർത്തിച്ച് ജലതന്മാത്രകൾ നിരന്ത്രമായി ഉണ്ടാ യിക്കൊണ്ടിരിക്കുന്നു എന്ന നിഗമനത്തിലേക്കാണ് ഇതുകൊണ്ടെത്തി ക്കുന്നത്.

ചന്ദ്രയാന്റെ വിക്ഷേപണം രാജ്യത്തിന് അഭിമാനം നേടിത്തന്ന ഒന്നാ ണ്. ജീവനക്കാരുടെ അർപ്പണബോധവും സ്ഥാപനത്തിന്റെ സംഘടനാ ശേഷിയും വിളിച്ചറിയിക്കുന്നവയാണ് തുടർച്ചയായി വിജയിച്ച വിക്ഷേ പണങ്ങൾ. ഓഷൻ സാറ്റ്, കാർടോസാറ്റ്, എഡ്യൂസാറ്റ്, മെഡിസാറ്റ് തുട ങ്ങിയ വിവിധോദ്ദേശ്യ ഉപഗ്രഹങ്ങൾ വിജയകരമായിപ്രവർത്തിച്ചു വരി കയാണ്. ചന്ദ്രയാൻ-2 എന്ന അടുത്ത ഉപഗ്രഹവും G S L V മാർക്ക് 3 എന്ന പരിഷ്കരിക്കപ്പെടുന്ന വാഹനവും പണിപ്പുരയിലുണ്ട്. സ്വന്തമായ 'ക്രയോ എഞ്ചിനും' സമീപഭാവിയിൽ വിക്ഷേപണസജ്ജമാകും.

യാഥാർഥ്യബോധത്തോടെയുള്ള സമീപനവും, സ്ഥിരോത്സാഹ ത്തോടെയുള്ള കൂട്ടായ്മപ്രവർത്തനവും ഏതു പദ്ധതിയെയും വിജയ ത്തിലെത്തിക്കും. ബുദ്ധിയുടെയും യുക്തിയുടെയും അധ്വാനത്തിന്റെയും സമഞ്ജസസമ്മേളനം ഈ വിജയങ്ങൾക്കു പിന്നിലുണ്ട്. ഇതിലൂടെ രാജ്യത്തിന്റെ യശസ്സ് ഉയർന്നത് സ്വന്തം ജനതയുടെ അഭിമാനത്തിനും ലോകജനതയുടെ അംഗീകാരത്തിനും കാരണമായി.

17

ചാന്ദ്രഗവേഷണങ്ങളുടെ ഭൂതവും ഭാവിയും

ഭൗമനിരീക്ഷണങ്ങളിലൂടെ മാത്രം വിവരശേഖരണം നടത്തുന്ന തുകൊണ്ട് ശാസ്ത്രസമൂഹം തൃപ്തരല്ല. ഒന്നിനെ ശരിയായ രീതിയിൽ മനസിലാക്കണമെങ്കിൽ അകത്തുനിന്നും പുറത്തുനിന്നും അതിനെ വീക്ഷിക്കേണ്ടിവരും. ഭൂമിയിൽ നിന്ന് അകന്നുനിന്ന് ഭൂമിയെ വീക്ഷിക്കു മ്പോൾ നമ്മുടെ സാധാരണ കാഴ്ചയ്ക്കുമപ്പുറമുള്ള ഒന്നാണ് കാണാൻ കഴിയുക. ഭൂമിയിൽ നിന്നകന്നുനിന്ന് സൗരയൂഥത്തെയും നക്ഷത്രസ മൂഹങ്ങളെയും വീക്ഷിക്കുമ്പോഴും ഭൂമിയിൽനിന്നു കാണുന്നതുപോ ലുള്ള കാഴ്ചയല്ല.

ബഹിരാകാശ ഗവേഷണ കേന്ദ്രങ്ങളുടെ ശ്രദ്ധ പതിറ്റാണ്ടുകളുടെ ഇടവേളയ്ക്കുശേഷം ചന്ദ്രനിലേക്കു പതിയാനിടയായത് ഈയൊരു പശ്ചാത്തലത്തിലാണ്. ഇതുവരെ മനുഷ്യനെ വഹിച്ചുകൊണ്ടുള്ള ഒരു യജ്ഞവും നിർവഹിച്ചിട്ടില്ലാത്ത ജപ്പാൻപോലും മനുഷ്യനെ ചന്ദ്രനിലി റക്കുന്നതിനും അവിടെ താവളമുണ്ടാക്കുന്നതിനും ലക്ഷ്യമിട്ട് പ്രവർത്തി ക്കുന്നു.

ചന്ദ്രനെ ലക്ഷ്യമാക്കിയുണ്ടായിട്ടുള്ള പ്രധാന പ്രവർത്തനങ്ങളെക്കു റിച്ചും ഇനിയങ്ങോട്ടുള്ള പ്രവർത്തനങ്ങളെക്കുറിച്ചുമുള്ള ഒരു വിദൂരവീ ക്ഷണം ഈ സന്ദർഭത്തിൽ പ്രസക്തമാണല്ലോ.

ഭൂമിയുടെ ഭ്രമണപഥത്തെ ലക്ഷ്യമാക്കിയുള്ള സോവിയറ്റ് യൂണി യന്റെ മൂന്നുദൗത്യങ്ങൾക്കുശേഷം ശ്രദ്ധ ചന്ദ്രനെത്തന്നെയാണ് ലക്ഷ്യ മാക്കിയത്. 1959 ജനുവരി 2 ന് വിക്ഷേപിക്കപ്പെട്ട ലൂണ–1 എന്ന ബഹി രാകാശനൗക ഭൂമിയുടെ ഗുരുത്വാകർഷണത്തെ ഭേദിച്ചു മറികടന്ന ആദ്യത്തെ മനുഷ്യനിർമിത വസ്തുവായി. പക്ഷേ അത് ചന്ദ്രനെയും മറികടന്ന് സൂര്യനെ ലക്ഷ്യമാക്കി പ്രയാണം തുടരുകയും സൂര്യനെ വലം

വയ്ക്കുകയുമാണുണ്ടായത്. തുടർന്ന് 1959 സെപ്റ്റംബർ 14ന് ലൂണ-2 എന്ന ബഹിരാകാശനൗക ചന്ദ്രനെ പ്രദക്ഷിണം ചെയ്യുന്ന ആദ്യ ഉപഗ്രഹമായി. പ്രദക്ഷിണം പൂർത്തിയാക്കാതെ അത് ചന്ദ്രന്റെ ആകർഷണ ത്തിൽ പെട്ട് വീണുപോയി. സ്ഫുട്നിക് 1-ന്റെ വിജയകരമായ ബഹി രാകാശദൗത്യത്തിന്റെ രണ്ടാംവാർഷികദിനമായ 1959 ഒക്ടോബറിൽ

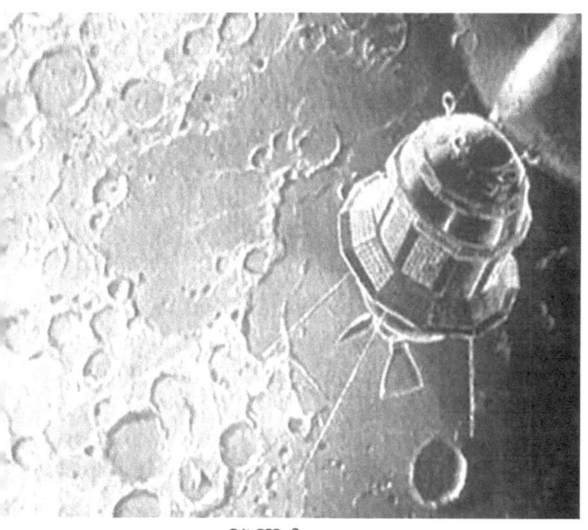
ലൂണ 3

ലൂണ-3 ചന്ദ്രനെ ചുറ്റി സഞ്ചരിച്ച് അതിന്റെ മറുവശത്തെ ചിത്ര ങ്ങൾ തുരുതുരെ എടു ത്തു. ചന്ദ്രന്റെ മറു വശം ആദ്യമായി മനു ഷ്യരാശിയുടെ മുന്നിൽ അനാവരണം ചെയ്യപ്പെ ടുകയായിരുന്നു. ലോ കമാകെ ആ ചിത്ര ങ്ങൾ ഉൾപ്പുളകത്തോ ടെയാണ് ദർശിച്ചത്.

സോവിയറ്റ് യൂ ണിയന്റെ മുന്നേറ്റം അ മേരിക്കൻ ഐക്യനാ ടിനെ ഭയചകിതമാക്കി. ശീത സമരത്തിൽ

സോവിയറ്റു യൂണിയൻ ബഹുദൂരം മുന്നേറിയതായ പ്രതീതിയുണ്ടായി. ആകാശത്തിന്റെ ഏതു ദിശയിൽ നിന്നും ബോംബു വർഷിക്കുവാൻ സോവിയറ്റ് യൂണിയനു കഴിയുമെന്ന കിംവദന്തി പരന്നു. പ്രസിഡന്റ് ഐസൻഹോവർ വിമർശന വിധേയനായി. പ്രസിഡന്റ് കെന്നഡി അധി കാരമേറ്റശേഷം 1961 മെയ് 25ന് പതിറ്റാണ്ടിനകം തന്നെ മനുഷ്യനെ ചന്ദ്രനിലിറക്കുമെന്ന ദൃഢനിശ്ചയം പ്രഖ്യാപിച്ചു. അതിലവർ വിജയി ക്കുകയും ചെയ്തു. ബഹിരാകാശ ദൗത്യങ്ങളുടെ വിജയപരാജയങ്ങൾ അവിടന്നങ്ങോട്ട് ശീതസമരത്തിന്റെ അളവുസൂചകങ്ങളായി. എന്നാൽ പിന്നീട് സോവിയറ്റ് യൂണിയന്റെ പതനത്തോടെ ഈ മത്സരത്തിന് താൽക്കാലിക തിരശ്ശീല വീഴുകയും ചെയ്തു.

ചന്ദ്രനിലേക്കുള്ള ലൂണ പദ്ധതിയുടെ ശ്രേണിയിൽ സോവിയറ്റ് യൂണിയൻ അനവധി ദൗത്യങ്ങൾ പൂർത്തിയാക്കി. ചന്ദ്രോപരിതലത്തിൽ സാവധാനം വാഹനമിറക്കിയത്, മണ്ണിന്റെയും പാറകളുടെയും സാമ്പി ളുകൾ ശേഖരിച്ചത്, ലൂണഖോഡ് എന്ന വാഹനങ്ങളിറക്കി ചന്ദ്രോപരി തലത്തിൽ 50 കി. മീറ്ററുകളോളം സഞ്ചരിച്ചത്, വിവിധ പ്രദേശങ്ങളിൽ നിന്ന് സാമ്പിളുകൾ ശേഖരിച്ചത് തുടങ്ങി നിരവധി കാര്യങ്ങൾ അതു നിർവഹിച്ചു.

സമാന്തരമായി അമേരിക്കയും മുന്നേറി. മനുഷ്യനെ ചന്ദ്രനിലിറ ക്കുന്ന അപ്പോളോ പദ്ധതിയുടെ മുന്നൊരുക്കമായി ഓർബിറ്റർ, സർവേ യർ എന്നീ രണ്ടുപദ്ധതികളിൽ അയ്യഞ്ചു ദൗത്യങ്ങൾ നിർവഹിക്കപ്പെ ട്ടു. ഓർബിറ്ററുകളിൽ മൂന്നെണ്ണം മധ്യരേഖക്കു സമാന്തരമായും രണ്ടെണ്ണം ധ്രുവങ്ങളെ ആധാരമാക്കിയും ഭ്രമണം ചെയ്തുകൊണ്ട് വിവരശേഖ രണം നടത്തുകയായിരുന്നു, ചന്ദ്രന്റെ പ്രതലത്തിൽ ഇറങ്ങുന്നവർ അതിന്റെ ഉപരിതലത്തിലുള്ള റിഗോലിത്ത് എന്ന നനുത്ത പൊടിപടല ത്തിൽ പൂണ്ടുപോകുമെന്ന ഒരു സംശയമുണ്ടായിരുന്നു. കുണ്ടുകളും കുഴികളും കുന്നുകളും നിറഞ്ഞ ഉപരിതലത്തിൽ സുരക്ഷിതമായി ഇറ ങ്ങാനുള്ള സ്ഥലവും തീരുമാനിക്കപ്പെടേണ്ടിയിരുന്നു. ക്യാമറകളുടെ ആയുസ്സുതീരുന്നതിനനുസരിച്ച് ഈ ഉപഗ്രഹങ്ങളെയെല്ലാം ചന്ദ്രനി ലേക്കു തള്ളിവിട്ടു പതിപ്പിച്ചു നശിപ്പിച്ചു. അഞ്ചു സർവെയറുകളും വിജ യകരമായ പരീക്ഷണങ്ങൾ നടത്തി. ചന്ദ്രോപരിതലത്തിൽ സാവധാനം സുരക്ഷിതമായി പേടകമിറക്കുക, തിരിച്ചു മാതൃപേടകത്തിൽ സന്ധി പ്പിക്കുക, ചന്ദ്രനിൽ ഒരു നിശ്ചിത ഉയരത്തിൽനിന്നു വീണുപോയാൽ ആഘാതം എത്രത്തോളമെന്നളക്കുക തുടങ്ങിയ കാര്യങ്ങൾ ലക്ഷ്യം കണ്ടു. ഇത്തരം പരീക്ഷണങ്ങളിലൂടെയാണ് നാസ കാര്യപ്രാപ്തി കൈ വരിച്ചത്.

1969 ജൂലൈ 21 ന് ലോകചരിത്രത്തിൽ മാ യാത്ത കാൽപ്പാടുകൾ വീഴ്ത്തിക്കൊണ്ട് നീൽ ആസ്ട്രോങ് ചന്ദ്രോപരി തലത്തിൽ കാലുകുത്തി. തുടർന്ന് വിജയകരമായ നാലുവിക്ഷേപണങ്ങൾ നടന്നു. അപ്പോളോ 13 ദൗത്യം യന്ത്രത്തകരാറു മൂലം അലസിപ്പോയി. അതിസാഹസികമായ ആസൂത്രണനിർവഹണ ത്തിലൂടെ യാത്രികരെ സുരക്ഷിതമായി തിരി കെ കൊണ്ടുവന്നു.

ഇനി നടക്കുവാനിരി ക്കുന്ന ചാന്ദ്രപദ്ധതിക ളിൽ നാസയുടേതുത ന്നെയാണ് മുഖ്യം. നാലു യാത്രികരെ ചന്ദ്രനിലി

എഡ്വിൻ ആൽഡ്രിൻ (ആസ്ട്രോങ് എടുത്ത ചിത്രം)

റക്കി തിരികെ കൊണ്ടുവരിക എന്നതാണ് ആദ്യത്തേത്. ചന്ദ്രന്റെ ഉപരി തലത്തെക്കുറിച്ചും ഉൾക്കാമ്പിനെക്കുറിച്ചും പഠിക്കുക മാത്രമല്ല ഇനി യുള്ള ലക്ഷ്യം. താവളമുണ്ടാക്കി താമസിച്ച് ഗവേഷണം നടത്തുക എന്ന താണ്. അത്യാധുനിക ടെലസ്കോപ്പുകളുടെ സ്ഥാപനവും നിരീക്ഷ ണവും മാത്രമല്ല ദീർഘമായ ബഹിരാകാശവാസം മനുഷ്യനിൽ എന്തെല്ലാം മാറ്റമുണ്ടാക്കുമെന്ന പഠനവും നടക്കും. അന്താരാഷ്ട്രബഹി രാകാശനിലയത്തിന്റെയും സ്പേസ് ടെലസ്കോപ്പുകളുടെയും പ്രാധാ ന്യം കുറയും. പുതിയ പദ്ധതികൾ ലോകരാഷ്ട്രങ്ങളുടെ കൂട്ടായ ഉദ്യമ മാക്കി മാറ്റുവാനും നാസ ശ്രമിക്കുന്നു.

2020 ൽ ഒരു ചൈനക്കാരനെ ചന്ദ്രനിലിറക്കുവാൻ ചൈന ലക്ഷ്യമി ടുന്നു. യൂറോപ്യൻ സ്പേസ് ഏജൻസി (E S A) റഷ്യയുമായി സഹക രിച്ച് ചന്ദ്രനിൽ 'പോക്കുവരവു' നടത്താനുള്ള പരിപാടിയിട്ടിട്ടുണ്ട്. ചുരു ക്കത്തിൽ ചന്ദ്രനാണ് ഇനിയത്തെ താരം.

ചില പ്രധാന ചാന്ദ്രദൗത്യങ്ങൾ

തീയതി	രാജ്യം	ദൗത്യം	ഫലം
September 1959	USSR	Luna -2	ചന്ദ്രനിൽ ഇടിച്ചിറങ്ങി.
October 1959	USSR	Luna -3	ചന്ദ്രന്റെ മറുവശ ചിത്രങ്ങളെ ടുത്തു
July 1964	USA	Ranger 7	ചന്ദ്രനിൽ ഇടിച്ചിറങ്ങുന്നതിനു മുൻപ് ചിത്രങ്ങളും ടിവി ചലച്ചിത്രങ്ങളും പകർത്തി.
January 1966	USSR	Luna -9	ചന്ദ്രന്റെ പ്രൊസെല്ലാറം സമുദ്രം എന്ന പ്രദേശത്ത് സാവധാനമിറങ്ങി.
August 1966	USA	Lunar orbitor	ചന്ദ്രന്റെ മധ്യരേഖയ്ക്കു സമാ ന്തരമായി സഞ്ചരിച്ചുപടങ്ങളെ ടുത്തു.
June 1968	USA	Surveyor 1	പ്ലാംസ്റ്റീഡ് എന്നുപേരുള്ള ഗർത്തത്തിലിറങ്ങി
December 1968	USA	Apollo 8	സഞ്ചാരികളുള്ള ചന്ദ്രോപ ഗ്രഹം ചന്ദ്രനെ പത്തുവട്ടം വലംവച്ചു.
July 1969	USA	Apollo 11	നീൽ ആംസ്ട്രോങ്, എഡ്വിൻ അൽഡ്രീൻ എന്നിവർ ചന്ദ്രനി ലിറങ്ങിനടന്നു. സാമ്പിളെടുത്തു.
September 1970	USSR	Luna -16	മനുഷ്യനില്ലാതെ തന്നെ ചന്ദ്ര നിലിറങ്ങി സാമ്പിളുകൾ ശേഖരിച്ചുകൊണ്ടുവന്നു.
November 1970	USSR	Luna -17	ലൂണാഘോഡ് എന്ന വാഹനം ചന്ദ്രനിലിറക്കി 10 കി. മീറ്റർ ഓടിച്ചു.
December 1972	USA	Apollo 17	അവസാനമായി മനുഷ്യൻ ചന്ദ്രനിലിറങ്ങിയ ദൗത്യം

Printed by Libri Plureos GmbH in Hamburg,
Germany